டாக்டர் சோம. வள்ளியப்பன் - அள்ள அள்ளப் பணம், இட்லியாக இருங்கள், ஆளப்பிறந்தவர் நீங்கள், நாட்டுக்கணக்கு உள்பட தமிழில் *75* புத்தகங்களும், ஆங்கிலத்தில் மூன்று புத்தகங்களும் எழுதியிருக்கிறார். 'You Vs You' புத்தகத்திற்காகப் புகழ்பெற்ற ISTD பரிசு பெற்றவர். தமிழ்நாடு அரசின் சிறந்த எழுத்தாளர் பரிசு, கவிதை உறவுப் பரிசு, நெய்வேலி புத்தகக் கண்காட்சி சிறந்த எழுத்தாளர் பரிசு, பாரதி தமிழ் இலக்கியப் பேரவைப் பரிசு, சிறுகதைக்கான இலக்கியபீடப் பரிசு ஆகியவை இவர் எழுத்திற்குக் கிடைத்திருக்கும் அங்கீகாரங்களில் சில.

ஆனந்தவிகடன், நாணயம் விகடன், குமுதம், குமுதம் சினேகிதி, கல்கி, அமுதசுரபி, புதிய தலைமுறை, சாவி, குங்குமம், மங்கையர் மலர் உள்ளிட்ட பல முன்னணி தமிழ் மாத வார இதழ்களில் *25* தொடர்களும் தினமணி, தினத்தந்தி, தினகரன் ஆகிய தினசரிகளில் நூற்றுக்கும் மேற்பட்ட கட்டுரைகளும் எழுதியிருக்கிறார்.

எமோஷனல் இன்டெலிஜன்சில் ஆறு ஆண்டுகள் ஆய்வு செய்து, சென்னைப் பல்கலைக்கழகத்தில் பி.எச்.டி. பட்டம் பெற்றதுடன், NFM NLP USA-யின் 'நியுரோ லிங்கிஸ்டிக் புரோகிராமின்' சர்டிஃபைடு மாஸ்டர் பிராக்டிஷனராகவும் இருக்கிறார்.

மனித வளத் துறையில் BHEL பெப்சிகோ, வேர்ல்பூல் உள்ளிட்ட நிறுவனங்களில் *25* ஆண்டு காலம் பணியாற்றிவிட்டுக் கடந்த பத்து ஆண்டுகளாகப் பல்வேறு

நிறுவனங்களுக்கு நிர்வாக ஆலோசகராக சென்னையில் இருந்து பணியாற்றுகிறார்.

500க்கும் அதிகமான முழுநாள் பயிற்சி வகுப்புகள் நடத்தி இருக்கும் இவர், கார்ப்பரேட்கள், கல்லூரிகள், முதலீட்டாளர்களின் அமைப்புகளில் பயிற்சி வகுப்புகள் நடத்துகிறார். தமிழின் பெரும்பாலான தொலைக்காட்சி சானல்கள் நடத்தும் விவாதங்களிலும் பங்கேற்கிறார்.

சோம.வள்ளியப்பன் நியூஸ்கிளிட்ஸ், பிஹைண்ட்உட்ஸ் உட்பட்ட பல்வேறு யூடியூப் சேனல்களிலும் தொடர்ந்து தனது கருத்துகளைப் பகிர்ந்து வருகிறார்.

ஆட்டமா சூதாட்டமா

பங்குச்சந்தை ஒரு பார்வை

சோம. வள்ளியப்பன்

ஆட்டமா சூதாட்டமா
- சோம. வள்ளியப்பன்©

சுவாசம் பதிப்பகம்

Aattama Soothaattamaa
by Soma. Valliappan©

ISBN: 978-93-95272-97-1
Title Number: Swasam 106

First edition: Dec 2023

Published by:
Swasam Pathippagam,
An imprint of Swasam Publications Private Limited,
52/2, Near B.S Mahal,
Ponmar,
Chennai, Tamil Nadu – 600127
Email: swasam.publications@gmail.com

Printed by: Adyar Students Xerox, Chennai – 600 002

Author's email: writersomavalliappan@gmail.com |
Website: https://writersomavalliappan.in/

உள்ளே...

முன்னுரை

எனக்கெல்லாம் செல்போன் வேண்டாம் என்று சொன்னவர்களைப் பார்த்திருக்கிறோம். 'நான் என்ன பிசினெஸா செய்கிறேன்! என் நிம்மதியைக் கெடுக்கிறது' என்றெல்லாம் சொல்லிப் பார்த்தார்கள். ஆனால் அதன்பின் என்ன ஆனது?

1982ஆம் ஆண்டுதான் செல்போன் விற்பனைக்கு வந்தது. 41 ஆண்டுகளாகத்தான் உலகில் செல்போன் புழக்கத்தில் இருக்கிறது. தற்சமயம் புழக்கத்தில் இருப்பவை சுமார் எத்தனை 740 கோடி செல்போன்கள். எவ்வளவு வேகமாக அதன் பயன்பாடு பரவியிருக்கிறது.

கம்ப்யூட்டர் என்றால், ஐ.பி.எம். நிறுவனம் தயாரிக்கும் மிகப்பெரிய சூப்பர் கம்ப்யூடடர்கள்தான் என்கிற நிலை வெகுகாலம் இருந்தது, மைக்ரோசாப்ட் நிறுவனம் மேசை மீது வைக்கக்கூடிய அளவு சிறிய டேபிள்டாப் கம்ப்யூட்டர்கள் தயாரிக்க ஆரம்பித்தபோது, அதன் விற்பனை சாத்தியத்தை கம்ப்யூட்டர் ஜாம்பவான் ஐ.பி. எம்மே சந்தேகித்தது. சிறிய அளவு கம்ப்யூட்டர்களுக்குப் பெரிய மார்க்கெட் இருக்கிறதா என்ன? எல்லோரும் ஆளுக்கு ஒரு கம்ப்யூட்டர் வைத்துக் கொண்டு என்ன செய்வார்கள் என்று அதை முயற்சிக்காமல் விட்டுவிட்டது. பிறகு நடந்தது வரலாறு.

பங்குச்சந்தையைப் பற்றியும் சிலர் அப்படி நினைக்கலாம். அதன் பரவலாக்கலும் வேகமாக நடந்து வருகிறது. எனக்குத் தேவையில்லை என்று விட முடியாது. என்ன

என்று தெரிந்து கொள்ளத்தான் வேண்டும். அந்த வகையில் இது பங்குச்சந்தை பற்றித் தெரியாதவர்களுக்கும், ஓரளவுக்கு மட்டுமே தெரிந்தவர்களுக்கும் விளக்களிக்கும் புத்தகம்.

புத்தகத்தில் நான் முதல் அத்தியாயத்தில் எடுத்துக்காட்டாகக் குறிப்பிட்டிருக்கும் டைட்டன் நிறுவனப் பங்கின் 2012ம் ஆண்டு விலை ரூபாய் 225. இப்போது 2023ம் ஆண்டு அக்டோபர் மாதம் அதே ஒரு பங்கின் விலை ரூபாய் 3220. பத்து ஆண்டுகளில் பதினான்கு மடங்கிற்கும் அதிகமாக விலை உயர்ந்திருக்கிறது என்பது மட்டுமல்ல. பத்து ஆண்டுகளாகத் தொடர்ந்து டிவிடெண்ட்டும் கொடுத்திருக்கிறது. அவற்றையெல்லாம் சேர்த்தால் பத்து ஆண்டுகளில் கிட்டத்தட்ட 16 மடங்கு என்று சொல்லலாம். இடம், நிலம் போன்றவை கூட இந்த அளவுக்கு மதிப்பு அதிகரித்திருக்குமா என்று சொல்ல முடியாது. தங்கம் எல்லாம் இதன் அருகில் கூட வர இயலாது.

டைட்டன் போல மற்ற நிறுவனப்பங்குகளின் விலைகள் உயரவில்லை என்பது உண்மைதான். அதே சமயம், டைட்டன் போன்ற மிகச் சிறப்பாக நடத்தப்படுகிற, விலை உயர்கிற நிறுவனங்களின் பங்குகளும் சந்தையில் கிடைக்கின்றன. இதுதான் பங்குச்சந்தை எவருக்கும் கொடுக்கிற நல்வாய்ப்பு. இதைச் சூதாட்டம் போலக் கருதி, எவ்வித யோசனையும் இன்றி ஏதேனும் பங்குகளை வாங்குவது அல்லது விற்பது; அதிகம் அறிமுகமில்லாத நிறுவனங்களின் பங்குகள் விலை குறைவாக இருக்கின்றது என்பதற்காக வாங்கி, பின்பு அவை காணாமல் போவதால், போட்ட முதலீட்டை இழப்பது - இவற்றையெல்லாம் எப்படித் தவிர்ப்பது? அதற்கு இந்தப் புத்தகம் உதவும்.

முன்பெல்லாம் இந்தியாவில் அதிலும் குறிப்பாக தமிழ்நாட்டில் பங்கு வர்த்தகம் என்பது மேட்டுக்குடியினருக்கும், அதிகம் படித்தவர்களுக்கும் மட்டுமே என்கிற நிலை இருந்தது. அவர்களில் சிலர் பணம் பண்ணுவார்கள், சிலர் பணத்தை இழப்பார்கள். ஆனால் அவை எப்படி நடக்கின்றன என்று பலருக்கும் தெரியாது.

அது குறித்து தமிழில் விரிவாக புத்தகங்கள் ஏதும் இல்லாத காலம் அது. இப்போது நிலைமை மாறி விட்டது. பங்குச்சந்தை குறித்து நானே அள்ள அள்ளப் பணம் உட்பட பல புத்தகங்கள் எழுதியிருக்கின்றேன். நூற்றுக்கணக்கான தொலைக்காட்சி நிகழ்ச்சிகளிலும் பேசியிருக்கிறேன். யூடியூப் சேனல்களிலும்

விளக்கிக் கொண்டிருக்கின்றேன். ஆனாலும், இன்றும் கூட பலருக்கு பங்குச்சந்தை என்பது புரியாத புதிராகவே இருக்கிறது. தெரியாதவர்கள் கூட்டத்தில் பல ஆண்டுகளாக பங்குச்சந்தையில் பங்குகளை வாங்கிக் கொண்டு விற்றுக் கொண்டு இருப்பவர்களும் உண்டு. அதனால்தான் தெரியாத விஷயங்களை எளிமையாக விளக்கும் இப்புத்தகத்திற்குத் தலைப்பு ‘ஆட்டமா சூதாட்டமா - பங்குச்சந்தை ஒரு பார்வை’.

தெரியாமல் இருந்தால் என்ன தவறு அப்படியே இருந்து விட்டுப் போகட்டுமே என்று சிலர் நினைக்கலாம். ஆனாலும் இதைப் பற்றி விளக்குவோம் என்று முயற்சி எடுப்பதற்கான காரணம் இதில் நேர்மையாக சட்டப்பூர்வமான பணம் சம்பாதிப்பதற்கான வாய்ப்பு இருப்பதுதான்.

‘ஆட்டமா சூதாட்டமா - பங்குச்சந்தை ஒரு பார்வை’ என்ற பெயரில் வெளிவரும் ஷேர் மார்க்கெட் சீக்ரெட்ஸ் புத்தகத்தின் *2023* வரையிலான மாற்றங்களுடன் கூடிய இரண்டாம் வெளியீட்டை சிறப்பாக கொண்டுவரும் சுவாசம் பதிப்பகத்தின் ஹரன் பிரசன்னாவிற்கு நன்றி.

சோம.வள்ளியப்பன்,

விஜயதசமி நாள், 2023

நாடு	கரன்சி	அக்டோபர் 2023
குவைத்	தினார் (KWD)	மதிப்பு (INR) 269.02

தினார் உபயோகிக்கும் பிற நாடுகள்

அல்ஜீரிய தினார் (DZD), கமால் அல் தினார் (பிஎச்டி), ஈராக்கிய தினார் (IQD), Jordanian தினார் (JOD), குவைத் தினார் (KWD), லிபிய தினார் (LYD), மாஸிடோனியன் தினார் (MKD), செர்பிய தினார் (RSD), தினார் (TND)

1. ஷேர் என்றால் சூதாட்டம்தானே?

ஷேர் மார்க்கெட் என்ற உடனே அதன் அசாத்திய உயர்வுகளும், படு வீழ்ச்சிகளும்தான் நினைவுக்கு வருகின்றன. உண்மையிலேயே பங்குச்சந்தையில் என்னதான் நடக்கிறது? சாதாரண மனிதர்கள் பங்குச்சந்தைக்கு வரலாமா, கூடாதா?

சிலருக்குப் பங்குச்சந்தை கொட்டிக் கொடுக்கிற காமதேனு போல என்றால், சிலருக்குச் சடுதியில் பணத்தைக் காணாமல் அடிக்கிற பகடையாட்டம், லாட்டரிச் சீட்டு, குதிரைப் பந்தயம், மங்காத்தா போல, இதிலெல்லாம் பணம் வந்தால் பெரிதாய் வரும், அப்படியே போனாலும் போகும். இப்படித்தான் இன்னமும் சிலர் பார்வையில் பங்குச்சந்தை இருக்கிறது.

பங்குச்சந்தையில் பணம் போடக் கூடாதா? அது ஆபத்தா? அங்கே எல்லாமே தப்பாட்டங்கள்தானா? போட்ட பணத்திற்கு உத்திரவாதம் கிடையாதா? பணம் இருப்பவர்கள்தான் இந்த ஆட்டத்தில் விளையாடுகிறார்களா? இங்கே சாதாரண மற்றும் நடுத்தர வர்க்க மக்கள் பகடைக்காய்களாக ஆக்கப்படுகிறார்களா?

'Eye of the Beholder' என்பார்கள். பங்குச்சந்தையைப் பற்றி எப்படி நினைத்துக் கொண்டு, பார்க்கிறோமோ அப்படித்தான் அது நமக்குத் தெரியும். கல் என்றால் அது கல்தான். தெய்வம் என்றால் அது தெய்வம். பங்குச்சந்தையும் அப்படித்தான். இதைச் சரியாகப் புரிந்து கொண்டு பெரிய அளவுகளில் பணம் செய்கிறவர்கள் இருக்கிறார்கள். இழப்பவர்களும் இருக்கிறார்கள். பெரும்பாலோர் இதில் பணத்தைத் தொலைப்பதற்கு அதைப்பற்றிச் சரியாகத் தெரியாமல் இறங்கியதும் காரணமாக இருக்கலாம். பங்குச்சந்தை நடவடிக்கையில் இறங்குகிறோமோ இல்லையோ அது என்ன? அங்கே என்ன நடக்கிறது? எப்படி நடக்கிறது, யார் யார் எப்படிச் செயல்படுகிறார்கள்? வாய்ப்புகள், ஆபத்துகள் என்ன? எங்கே தவறுகள் நிகழ முடியும்? இவற்றைப் பற்றியெல்லாம் இந்தப் புத்தகத்தில் தெரிந்து கொள்ளலாம்.

பங்குகளில் பல ஆண்டுகளாக முதலீடு செய்பவர்களுக்குக் கூடத் தற்போதைய நிலை முழுவதுமாகத் தெரியாமல் இருக்கலாம். காரணம், வேகமாக நடந்து கொண்டேயிருக்கிற மாற்றங்கள். அதனால், இதைச் செய், அதைச் செய்யாதே என்று சொல்லப் போவதில்லை. பங்குச்சந்தை என்பது என்ன, எப்படிச் செயல்படுவது என்று விவரிக்கப் போகிறேன். இதையெல்லாம் தெரிந்து கொண்டு இதில் வர்த்தகம் செய்யுங்கள் அல்லது செய்யாமல் விடுங்கள். அது உங்கள் விருப்பம்.

கம்பெனி வாங்குவது

உங்கள் வீட்டுக்குப் பக்கத்தில் ஒரு பெரிய நகைக்கடை இருக்கிறது. நீங்கள் அங்கேதான் தேவையான நகைகள் வாங்குவீர்கள். நீங்கள் ஆரம்பத்திலிருந்து அந்தக் கடையின் வளர்ச்சியைப் பார்க்கிறீர்கள். பிரமிக்கிற அளவுக்கு வளர்ச்சி, பிரமாதமான வியாபாரம். அப்படியிருக்கையில் லாபம் என்ன குறைவாகவா இருக்கும்? அந்தக் கடையின் வியாபாரம் தொடர்ந்து அதிகரிக்கப் போகிறது என்று உங்களுக்கு நன்றாகவே தெரிகிறது. நகைக்கடைகளில் வருகிற அபரிமிதமான லாபங்களில் நீங்களும் பங்கு பெற வேண்டும் என்று நினைக்கிறீர்கள். அதற்கு என்ன வழி என்று யோசிக்கிறீர்கள்.

அந்தக் கடைக்குப் போட்டியாக இன்னொரு கடை போட முடியாது. அதற்குப் பல காரணங்கள். முதலில் உங்களிடம்

அவ்வளவு பணம் இல்லை. அடுத்தது உங்களுக்கு லாபகரமாக வியாபாரம் செய்யத் தெரியாது. மூன்றாவது அது உங்கள் வேலை/தொழில் இல்லை. நீங்கள் உங்களது முழுநேரத்தையும் வியாபாரத்தில் செலவு செய்ய முடியாது. வேலைக்குப் போயே ஆக வேண்டும்.

ஒருநாள் அந்தக் கடையின் முதலாளியைச் சந்திக்கிறீர்கள். பேசுகிறீர்கள். உங்களையும் அவரது பார்ட்னராக சேர்த்துக் கொள்ள முடியுமா என்று கேட்கிறீர்கள். சிரிக்கிறார். 'நான் என்னிடம் இருக்கிற பணத்தைத் தருகிறேன். நீங்களே எல்லாம் செய்யுங்கள். நான் வியாபாரத்தில் தலையிடவில்லை. சைலண்ட் பார்ட்னர்தான். லாபத்தில் மட்டும் நான் கொடுக்கிற பணத்திற்கு ஏற்ற பங்கு கொடுங்கள்' என்று கேட்கிறீர்கள். அவர் மறுத்துவிடுகிறார். உங்களது உதவி அவருக்குத் தேவையில்லை என்கிறார். உங்களால் அவரைக் கட்டாயப்படுத்த முடியுமா? அவர் பணம் போட்டு ரிஸ்க் எடுத்து ஆரம்பித்த நிறுவனம். முழுக்க முழுக்க அவருடைய சொந்த நிறுவனம். அவர் விரும்பினால்தானே உங்களைச் சேர்த்துக் கொள்ளுவார்.

'அவர் சேர்த்துக் கொள்ளாவிட்டால் போகட்டும். மேலே குறிப்பிட்ட விதத்தில் உங்களைச் சேர்த்துக் கொள்ள ரத்தன் டாடா தயாராக இருக்கிறார். அவரோடு சேர்ந்து கொள்ளுங்கள்' என்று உங்களிடம் யாராவது சொன்னால் நம்புவீர்களா?

நம்பலாம். காரணம், அந்த முறையில் செயல்படுவதுதான் ஷேர் மார்க்கெட் பங்கு வர்த்தகம். நீங்கள் அவர் நிறுவனத்தில் முதலீடு செய்வதற்கு உங்களைப் பங்குதாரராகச் சேர்த்துக் கொண்டு அவர்கள் வழங்குவதுதான் ஷேர்ஸ் பங்குகள்.

ரத்தன் டாடா குடும்பம் பணம் போட்டு நடத்தும் 90க்கும் மேற்பட்ட நிறுவனங்களில் ஒன்று 'டைட்டன் இண்டஸ்டிரீஸ்' (Titan Industries). கடிகாரம் தவிர, நகை வியாபாரத்திலும் ஈடுபட்டிருக்கும் பப்ளிக் லிமிடட் நிறுவனம் அது. டைட்டன் நிறுவனத்தின் மொத்த முதல் (ஈக்குவிட்டி கேப்பிடல்) ரூபாய் 88 கோடியே 77 லட்சத்து 86 ஆயிரத்து 160. அந்த மொத்தத் தொகையையும் டாடா குடும்பமே போடவில்லை. அதில் 53% மட்டுமே அவர்களது (47,10,07,920 பங்குகள்). அதாவது அவர்கள் போட்டது சுமார் 47 கோடிதான்.

இதனுடைய மொத்த முதலில் சுமார் 20%ஐ பல்வேறு நிறுவனங்கள் (17,73,54,423 பங்குகள்) போட்டிருக்கின்றன.

நிறுவனத்தின் மீதமுள்ள 27% உரிமை (முதல் போட்டவர்கள்) பொதுமக்களிடம் இருக்கிறது.

முன்பு பார்த்த தனியார் நகைக்கடையின் மொத்த உரிமையும் அந்த முதலாளியிடம்தான் இருக்கிறது. அவர் கொடுத்தால்தான் வேறு எவரும் அதில் நுழைய முடியும். ஆனால் டைட்டன் நிறுவனத்தின் உரிமை குறிப்பிட்ட அளவு (53%) மட்டுமே முதலாளியிடம். மீதம் பலரிடம். அப்படி உரிமை வைத்திருப்பவர்கள் அவற்றின் சிறு பகுதிகளை (பங்குகளை) நடப்பு விலைக்கு வாங்கத் தயாராக இருக்கும். எவருக்கும் விற்கலாம். விரும்புகிறவர்கள் வாங்கிக் கொள்ளலாம். அப்படிப் பங்குகளை வாங்கி விற்கிற மார்க்கெட்தான் மும்பை பங்குச்சந்தையும், (BSE) தேசியப்பங்குத் சந்தையும் (NSE).

டைட்டன் நிறுவனப் பங்கை மட்டுமல்ல. இப்படி சுமார் 4000 நிறுவனங்களின் பங்குகள் சிறு சிறு பகுதிகளாகச் சந்தையில் விற்பனைக்குக் கிடைக்கின்றன. இதில் டாடாஸ்டீல், பெல், ஸ்டேட் பேங்க், பார்தி ஏர்டெல், எல் & டி, பிரிட்டானியா, மாருதி, டி.வி.எஸ் மோட்டார், பஜாஜ் ஆட்டோ, மெட்ராஸ் சிமிண்ட், இன்போசிஸ் போன்ற பல்வேறு சிறந்த நிறுவனங்களின் பங்குகளும் உண்டு. யார் வேண்டுமானாலும் வாங்கலாம். விற்க நினைக்கும்போது விற்கலாம்.

பங்குகளை வாங்கியவர்கள் அதன் பிறகு அந்த நிறுவனத்தில் அவர்கள் பங்குகள் வாங்கிய அளவிற்கு உரிமையாளர்கள் ஆகிவிடுகிறார். அதனால் நிறுவனத்தின் வரவு செலவுகள் ஆண்டு முடிவில் அவர்களுக்கு வருடாந்திர அறிக்கை (Annual Report) மூலம் தெரிவிக்கப்படும். அவர்களும் அந்த நிறுவனத்தின் ஆண்டு கூட்டத்திற்கும் இதர முக்கிய முடிவுகள் எடுக்கப்படும் AGM கூட்டங்களுக்கும் அழைக்கப்படுவார்கள்.

நிறுவனங்கள் போட்ட முதலுக்கு வட்டி கொடுக்கும்போது, உரிமையாளர்கள் அனைவருக்கும் ஒரே விகிதத்தில்தான் கொடுப்பார்கள். உதாரணத்திற்கு டைட்டன் நிறுவனம் 2011-12ம் ஆண்டுக்கு அதன் ஒரு ரூபாய் பங்கு ஒவ்வொன்றுக்கும் ரூபாய் ஒண்ணே முக்கால் டிவிடெண்ட் அறிவித்தது 53% முதல் வைத்திருக்கும் டாடா குடும்பத்திற்கும் பங்கு ஒன்றுக்கு ரூபாய் ஒண்ணே முக்கால்தான். வெறும் 225 (டிவிடெண்ட்) ரூபாய் கொடுத்து சந்தையில் வாங்கியவருக்கும் அதே ஒண்ணே முக்கால் ரூபாய்தான். என்ன, அவர்களுக்கு மொத்தமாக ரூபாய் கணக்கில் சுமார் ரூ.82 கோடி டிவிடெண்ட் தொகை போயிருக்கும். ஆனால் எனக்கு ஒரு ரூபாய் 75 காசுதான் அதனால் என்ன, நான் முதலீடு செய்தது ரூபாய் 225 தானே.

பங்குச்சந்தை என்பது நாம் விரும்புகிற பலவேறு சிறப்பான நிறுவனங்களின் பங்குகளைச் சந்தையில் அன்றைக்குக் கிடைக்கின்ற விலையில் வேண்டிய அளவுகளில் வாங்கும் இடம். நகைகள், இடம், நிலம், வீடு வாங்குவது போல, கம்பெனிகளின் உரிமைகளை வாங்குவதைத்தான் ஷேர்கள் வாங்குவது என்கிறோம். வாங்கியவர்கள் அப்படியே தொடர்ந்து வைத்துக் கொள்ளலாம் அல்லது விற்கலாம். இப்படி வாங்கி விற்கும் வர்த்தகத்தில் ஈடுபடும்போது மற்ற வர்த்தகங்களில் இருப்பது போலவே, லாபம், நஷ்டம் எதுவும் வரலாம். அது நாம் எப்படிச் செய்கிறோம் என்பதைப் பொறுத்து அமையும். யார் வேண்டுமானாலும் ஷேர்கள் வாங்கி விற்கலாம். ஆனால் அதற்குச் சில கணக்குகள் தொடங்க வேண்டும்.

நாடு	கரன்சி	அக்டோபர் 2023
இங்கிலாந்து	பவுண்டு (GBP)	மதிப்பு (INR) 101.65

பவுண்டு உபயோகிக்கும் பிற நாடுகள்

லெபனான் ஐக்கிய ராஜ்யம் (GBP), எகிப்த் (EGP), (LBP), சூடான் பவுண்டு (SDG), சிரியன் பவுண்ட் (SYP)

2. எனக்கெல்லாம் புரியுமா?

அதென்ன 47 கோடி ரூபாய் முதல் போட்டவர்களுக்கு ஆண்டு டிவிடெண்டாக 82 கோடி ரூபாய் கிடைக்கிறது. ஆனால் 225 ரூபாய் போட்டவருக்கு ஒரு ரூபாய் 75 காசுதான் கிடைக்கிறது, என்ற கேள்வி போன அத்தியாயத்தில் வந்தது இல்லையா?

டைட்டன் நிறுவனம் ஆரம்பிக்கப்பட்டது 1984ல், ஆனால் அதில் உற்பத்தி தொடங்கப்பட்டது 1986ல்தான். அப்போதிலிருந்து அந்த நிறுவனத்தைத் தொடங்கியவர்களின் பணம் முதலாக இருக்கிறது. 1990ல் நிறுவனம் வழங்கிய டிவிடெண்ட் 15%. அதற்குமுன் டிவிடெண்டே கிடையாது. நிறுவனம் நஷ்டம் அடைந்திருந்தால் இன்று வரை அவர்களுக்கு வட்டியோ வேறு எந்த வருமானமோ கிடைத்திருக்காது.

உதாரணமாக நான் டைட்டானில் ஷேர் வாங்கியது 2012ல். அதாவது நிறுவனம் தொடங்கி 28 ஆண்டுகளுக்குப் பிறகு, நன்றாகச் செயல்படும் நிறுவனம், லாபம் ஈட்டும் நிறுவனம், முதலீட்டாளர்களுக்கு லாபத்தைக் கணிசமாகப் பகிர்ந்து கொடுக்கும் நிறுவனம் என்று தெரிந்துவிட்ட நேரம். அதனால் அந்நிறுவனப் பங்குகளுக்கு நபர்கள் இருப்பதில் ஒன்றும் ஆச்சரியம் இல்லை. ஆனால் யார் விற்பார்கள்?

கையில் டைட்டன் பங்குகளை வைத்திருப்பவர்கள்தானே விற்க முடியும்? அவர்கள் வாங்கிய விலைக்குத் தருவார்களா? அவர்கள் விற்கவே மாட்டார்கள் என்று சொல்லவும் முடியாது. வைத்திருப்பவர்களில் பலர் விற்க முன்வரவும் கூடும். அதற்கு நல்ல விலை கிடைத்தால். அப்படிப்பட்ட தற்சமய விலைதான் பங்கு ஒன்றுக்கு ரூ.225 என்பது. ஆனால் அந்தப் பங்கின் அசல் விலை (பேஸ் வேல்யு) ரூ.1 தான்.

திங்கள் முதல் வெள்ளிக்கிழமை வரை வாராவாரம் காலை 9.15 முதல் மாலை 3.30 மணி வரை நடைபெறும் ஏலம் போன்றதுதான் பங்குச்சந்தையும். வாங்க நினைப்பவர்களும், விற்க நினைப்பவர்களும் சந்தைக்கு (கணினி மூலம்) வருகிறார்கள். என்ன விலைக்கு என்ன பங்கு வாங்க வேண்டும் அல்லது விற்கவேண்டும் என்று தெரிவிக்கிறார்கள். ஒத்து வரும் விலைகளில் பரிவர்த்தனை முடிகிறது.

22 அக்டோபர் 23 தேசியப் பங்குச்சந்தையில் டைட்டன் பங்கு பரிவர்த்தனையின் (டிரேடிங்) விபரம்

டைட்டன் இண்டஸ்டீரிஸ் லிட்

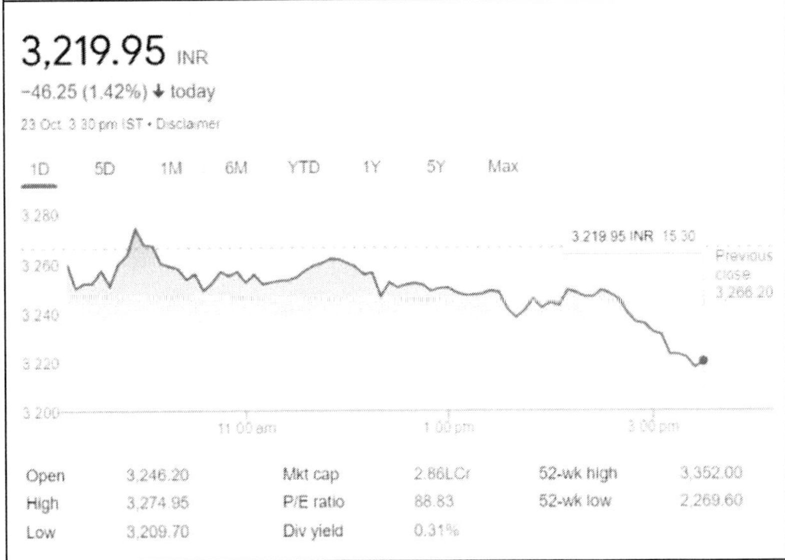

3246.20ல் தொடங்கி 3219 மற்றும் 3274.95 வரையில் பல விலைகளிலும் வாங்குதல் விற்றல் நடந்திருக்கிறது. மொத்தம் 5 லட்சத்து 66 ஆயிரத்து 920 பங்குகள் டிரேட் ஆகியிருக்கின்றன. இறுதியாக வர்த்தகம் நடந்த விலை ரூ.3219.95. அது முந்தைய நாளான 22.10.23ஐ விட 46 ரூபாய் குறைவு

கிங் பிஷர் ஏர்லைன்ஸ் லிட் பங்குகளின் கடந்த சில ஆண்டு விலைகள்		
ஆண்டு	உச்ச விலை	குறைந்த விலை
2012	30.9	9.85
2011	67.7	17.55
2010	91	39.2
2009	73.45	24.4
2008	307	22
2007	335	87
2006	154.9	64

டைட்டன் மட்டுமல்ல. இதே முறையில் பட்டியலிடப்பட்ட நூற்றுக்கணக்கான பங்குகள் தினசரி கைமாறுகின்றன. பலர் வாங்குகிறார்கள், பலர் விற்கிறார்கள். விலைகள் டிமாண்ட் சப்ளையைப் பொறுத்து உயருகின்றன அல்லது இறங்குகின்றன.

லாபம் வருகிறது, பிரித்துத் தருகிறார்கள். நஷ்டம் வந்தால் ஷேர் வாங்கியவர்களிடம் பணம் கேட்பார்களா? அதற்கும் நாம் பொறுப்பாக வேண்டுமா? இந்தச் சந்தேகம் சிலருக்கு வரலாம்.

ஷேர்கள் என்பவை பப்ளிக் லிமிடெட் கம்பெனி வகையில் வரும். லிமிடெட் என்றால் வரையறைக்கு உட்பட்டது என்று அர்த்தம் எதற்கான வரையறை? பொறுப்புக்கான வரையறை. நிறுவனம் நஷ்டம் அடைந்தால், நிறுவனத்தின் சொத்துகள்தான் அதற்குப் பொறுப்பு. முதலாளிகளின் தனிபட்டச் சொத்துக்களுக்கு, பெரிய அளவுகளில் பணம் போட்டு நிறுவனத்தை நிர்வாகம் செய்பவர்களுக்கே இந்த அளவுதான் பொறுப்பு என்கிற போது பங்குகள் வாங்கியிருக்கிற நமக்கு, பங்கு வாங்கிய தொகை தவிர வேறு எதற்கும் ரிஸ்க் இல்லை.

இப்படிப்பட்ட பப்ளிக் நிறுவனமான கிங்பிஷர் நிறுவனம் பெரும் நஷ்டம் அடைந்தது. 2005ல் தொடங்கப்பட்ட கிங்பிஷர் நிறுவனம் ஒரு ஆண்டு கூட லாபம் செய்ததில்லை. முதலீட்டாளர்களுக்கு டிவிடெண்டும் கொடுத்ததில்லை. நிறுவனத்திற்குச் சுமார் ரூ. 7500 கோடி கடன் இருக்கிறது. இதன் முதல் (கேபிட்டல்) சுமார் 1000 கோடிதான். கம்பெனி

கடுமையான நஷ்டத்தில் இயங்குகியது. நிறுவனத்தைத் தொடங்கிய புரமோட்டர் வசம் 32% பங்குகள் இருந்தன. நஷ்டம் வந்தால் அவர் அந்த நிறுவனத்தில் போட்ட முதலுக்குத்தான் வரும். (பங்கு ஒன்று 9.30 காசு விலை போகிறது). அதற்கு மேல் அவருக்கு நஷ்டம் ஒன்றும் வரப்போவது இல்லை.

பங்குகளில் முதலீடு செய்தால் வரிச் சலுகை

2012-13 பட்ஜெட்டில் பங்கு முதலீடு தொடர்பாக ஒரு புதிய சலுகை அறிவிக்கப்பட்டது ஐம்பதாயிரம் வரை பங்குகளில் முதலீடு செய்தால், அந்தப் பணத்தில் பாதிக்கு வருமான வரி விலக்குத் தரப்படும் என்பதுதான் அந்த அறிவிப்பு. திட்டத்தின் பெயர் ராஜீவ் காந்தி ஈக்குவிட்டி ஸ்கீம் (RGES).

PF. PPF பில் பணம் கட்டுவது, LIC பாலிசி எடுத்து அதற்கு பிரிமியம் கட்டுவது போன்றவற்றுக்கெல்லாம் 80 சி பிரிவின் கீழ் ஏற்கனவே வருமான வரிவிலக்குத் தரப்படுகிறது. இப்படி அதிகபட்சமாக ஆண்டு ஒன்றில் ஒன்றரை லட்சம் வரை சேமிக்கும் பணத்திற்கு வரி கிடையாது. இது போக மெடிக்கிளைம் பாலிசிகளுக்கு மேலும் 80ஈ பிரிவின் கீழ் 25,000 வரை வருமான வரி கிடையாது.

பரஸ்பரநிதிகளில் ELSS முறையில் முதலீடு செய்தால் மூன்று ஆண்டுகளுக்கு 'லாக் இன்'. விற்கமுடியாது. அந்தத் தொகைக்கு செக்ஷன் 80 சி யின் கீழ் வரிவிலக்கு கிடைக்கும்.

பேஸ் வேல்யு

வீட்டுமனைகள் (Plots) பொதுவாகச் சதுர அடிக்கணக்கில் வர்த்தகம் செய்யப்படுகின்றன. குடியிருக்கும் பிளாட்டுகள (Flat)கள் கூட சதுர அடிக் கணக்கில்தான் விலை சொல்லப்படுகின்றன. கட்டிடம் கட்டி விற்ற புரமோட்டர், சதுர அடி 1500 சதுர அடி 1500 ரூபாய் என்று விலை வைத்து விற்றிருக்கலாம். அது ஆரம்ப விலை. பின்னர் பல்வேறு காரணங்களால் அந்த பிளாட்டின் விலை உயர்ந்திருக்கலாம். இப்போது சதுர அடிக்கு அதன் விலை ரூ.4500. தற்போது இந்தப் பிளாட்டை யாரேனும் வாங்க நினைத்தால், பிளாட்காரரர் என்ன விலைக்கு விற்பார்? மார்க்கெட் விலையான ரூ.4500க்குத்தானே. இரண்டாவதாக வாங்கியவரும் சில ஆண்டுகள் கழித்து விற்க முன்வரலாம். அப்போதைக்கு என்ன சந்தை விலையோ அந்த விலைக்குத்தான் விற்பார். அது அதிகமாகவும் இருக்கலாம், குறைந்தும் இருக்கலாம்.

பிளாட்டின் நிலை, அதற்குச் சந்தை கொடுக்கும் மதிப்பு, மற்றும் அந்த பிளாட்டிற்கு இருக்கும் கிராக்கி (Demand) ஆகியவற்றைப் பொறுத்து அதன் விலை அமையும்.

வட்டி வேறு... டிவிடெண்ட் வேறு...

டிவிடெண்ட் என்பதற்கும் வட்டி என்பதற்கும் வேறுபாடு உண்டு. கடன் வாங்கியவர் கொடுக்க வேண்டியது வட்டி. கடன் வாங்கியவருக்கு லாபமோ, நஷ்டமோ ஒப்புக் கொண்ட விகிதத்தில் கட்டாயம் தரவேண்டியதை வட்டி என்கிறோம். அதேபோல், கடன் வாங்கியவர் எவ்வளவு அதிகமாக லாபம் அடைந்திருந்தாலும் சரி, அவர் ஒப்புக் கொண்ட அளவு வட்டி கொடுத்தாலே போதும். அதற்கு மேல் அவர் தரவேண்டியதில்லை.

பங்காதயம் எனப்படும் டிவிடெண்ட், வட்டியில் இருந்து முற்றிலும் மாறுபட்டது. நிறுவனத்தில் முதல் (Capital) போட்டவர்களுக்குக் (Share Holders) கொடுக்கப்படுவது டிவிடெண்ட். அது என்ன அளவில் / விகிதத்தில் என்று முன்கூட்டியே முடிவு செய்து கொள்ளப்படுவதில்லை. நிறுவனம் தொடங்கிப் பல ஆண்டுகளுக்குத் தரப்படுவது உண்டு. அதற்குப் பங்குதாரர்கள் கூட்டத்தில் ஒப்புதல் பெற வேண்டும். அதே போல இவ்வளவுதான் டிவிடெண்ட் கொடுக்கலாம் என்கிற வரையறையும் கிடையாது. டைட்டன் கொடுப்பது *1* ரூபாய் பங்கிற்கு ஆண்டு ஒன்றுக்கு ரூபாய் *1.75* அதாவது *175%* (வங்கி டெபாசிட்டுகளுக்கு *9%*)

கந்த ஆண்டு பங்குதாரர்களுக்கு SBI கொடுத்த டிவிடெண்ட் *- 350%*, பஜாஜ் ஆட்டோ கொடுத்தது *- 450%*, இன்போசிஸ் *- 900%*. ஹீரோ ஹோண்டா *5250%*. (ஆமாம் *1* ரூபாய் முதலுக்கு *52* ரூ*0.50* காசு.)

நாடு	கரன்சி	அக்டோபர் 2023
ஜெர்மனி	யூரோ (EUR)	மதிப்பு (INR) 87.84

யூரோ உபயோகிக்கும் பிற நாடுகள்

அன்டோரா, ஆஸ்திரியா, பெல்ஜியம், சைப்பிரஸ், எஸ்டோனியா, பின்லாந்து, பிரான்ஸ், ஜெர்மனி, கிரீஸ், அயர்லாந்து, இத்தாலி, கொசோவோ, லக்ஸம்பர்க், மால்டா, மொனாகோ, மாண்டிநீக்ரோ, நெதர்லாந்து, போர்ச்சுகல், சான் மரினோ, ஸ்லோவாக்கியா, ஸ்லோவேனியா, ஸ்பெனின், வாடிகன் நகரம்.

3. ஷேர் வாங்க விற்க என்ன செய்ய வேண்டும்?

எவரும் ஷேர்கள் வாங்கலாம். வைத்துக் கொள்ளலாம். விற்கலாம். தடை இல்லை. ஆனால் அதற்கு, சில முன் ஏற்பாடுகள் செய்து கொள்ள வேண்டும்.

தங்கம், வெள்ளி, வைரம் போன்ற அசையும் சொத்துக்களை வாங்கும்போதோ விற்கும்போதோ, ஆவணங்கள் ஏதும் எழுதிக் கொள்ள வேண்டாம். ஆனால், வீடு, இடங்கள், நிலம் போன்ற அசையா சொத்துக்களை வாங்கி விற்கும்போது அது பற்றிய விபரங்களை எழுதிக் கொள்ள வேண்டும் என்பது எல்லாருக்கும் தெரிந்த விஷயம்தான். நிறுவனங்களின் பங்குகள் கைமாறுவதும் அசையாச் சொத்துப் பரிவர்த்தனை போல்தான். தங்கம், வெள்ளி, ரொக்கப்பணம் போல இதை வைத்திருக்கும் எவரும் அதன் உரிமையாளர் ஆகிவிட முடியாது. உரிமையாளரின் பெயர் (Capt) பங்குப் பத்திரத்தில் குறிப்பிடப்பட்டிருக்க வேண்டும். அந்த உரிமையாளர் கையெழுத்துப் போட்டுக் கொடுத்தால்தான் உரிமை மாறும்.

மற்றச் சொத்துக்களைப் போல இல்லாமல், பப்ளிக் லிமிடெட் நிறுவனங்களின் உரிமை மதிப்பு, குறிப்பிட்ட சிறு மதிப்புள்ள பங்குகளாகப் பிரிக்கப்படும். அவைதான் ஷேர்கள். பங்குகள். உதாரணத்திற்கு ஒரு கோடி ரூபாய் முதல் (கேப்பிடல்) உள்ள ஒரு கம்பெனியின் உரிமை. பத்து லட்சம், பத்து ரூபாய் (டினாமினேஷன்) பங்குகளாகப் பகுக்கப்படும். மொத்தம் 10லட்சம் பங்குகள். ஒவ்வொரு பங்கின் தனிப்பட்ட மதிப்பு 10 ரூபாய். அந்தக் கம்பெனியை இரண்டுபேர் சேர்ந்து ஆரம்பித்து, ஆளுக்கு 30 லட்சம் பணம் போட்டிருந்தால், இருவரும் தலா மூன்று லட்சம் ரூ.10 மதிப்பு இருக்கும் பங்குகளை எடுத்துக் கொள்ளுவார்கள்.

மீதம் உள்ள 4 லட்சம் 10 ரூபாய் பங்குகளை அந்த இருவரும் முடிவு செய்து, மற்ற எவருக்கும் (பப்ளிக்) தரலாம். அப்படி அவர்கள் தர முன்வருவதற்குப் பெயர் IPO. இனிஷியல் பப்ளிக் ஆஃபர். நிறுவனம் தொடங்கும்போது செய்தால் இதற்கு இனிஷியல் என்று பெயர். பொதுமக்களுக்குக் கொடுப்பதால் பப்ளிக் ஆஃபர்.

‘எங்கள் நிறுவனம் இப்படியெல்லாம் செயல்பட்டு ஏற்கனவே லாபம் செய்து கொண்டிருக்கிறது. மேலும் இப்படியெல்லாம் திட்டங்கள் வைத்திருக்கிறது. வாருங்கள், பணம் கொடுத்து எங்கள் நிறுவனப் பங்குகளை வாங்கிக் கொள்ளுங்கள்’ என்று மீதமுள்ள 4 லட்சம் 10 ரூபாய் பங்குகளை, உங்களையும், என்னையும் போன்ற பொதுமக்களுக்குக் கொடுக்க முன் வருகிறார்கள்.

10 ரூபாய் பங்குகளை அவர்கள் பேஸ் வேல்யுவான பத்து ரூபாய்க்கே கொடுக்கலாம். அல்லது, “இதன் மதிப்பு அதிகம், இதற்குக் கிராக்கி அதிகம். நாங்கள் ஏற்கனவே இதில் உழைத்திருக்கிறோம். அதனால் கூடுதல் விலை வைக்கிறோம். நீங்கள் (வேண்டுமானால்) பிரீமியம் கொடுத்து வாங்கிக் கொள்ளுங்கள்” என்றும் சொல்லலாம்.

விபரம் தெரிந்தவர்கள், ஆர்வம் இருப்பவர்கள், IPOவில் விண்ணப்பித்து ஷேர்களைப் பெற்றுக் கொள்ளுவார்கள். IPO என்பது குறிப்பிட்ட சில நாட்களில்தான் கிடைக்கும். அதுவும் எப்போதோ ஒரு முறைதான் இது நிகழும். அதன்பிறகு அந்த நிறுவனமே, அதன் பங்குகளை மற்றவர்கள் வாங்கவும் வைத்திருப்பவர்கள் விற்கவும் ஏதுவாக, NSE, BSE போன்ற பங்குச்சந்தைகளில் லிஸ்ட செய்துவிடும். அதன்பிறகு எவரும், அந்த நிறுவனப் பங்குகளை NSE, BSE போன்ற

பங்குச்சந்தைகளில் வாங்கலாம். விற்கலாம். விலைகள் முன்னர் பார்த்ததுபோல, தினசரி மாறுபடும்.

IPOவில் வாங்குவதானாலும் அல்லது செக்கண்டரி சந்தையான பங்குச்சந்தைகளில் தரகர்கள் மூலம் வாங்குவதென்றாலும், டீ மாட் (Demat - Dematerialisation Account) கணக்கு இருக்க வேண்டும்.

வீட்டுப் பத்திரங்களைப் போலிருந்த பங்குப் பத்திரங்களில் சிலர் செய்த தில்லு முல்லுகளைத் தவிர்ப்பதற்காக அரசு (செபி), இனி காகிதப் பத்திரங்கள் வேண்டாம் என்று சில ஆண்டுகளுக்கு முன் முடிவு செய்தது. அதன்படி இப்போதெல்லாம், பங்குகளுக்குப் பத்திரங்கள் (சர்டிபிகேட்ஸ்) கொடுக்கப்படுவதில்லை.

டி மாட் கணக்கில் என்ன ஷேர் எவ்வளவு என்று குறித்துக் கொடுப்பார்கள். எப்படி வங்கிக் கணக்குகளில் பாஸ் புத்தகப் பதிவு (Entry) இருந்தால் போதுமோ அப்படித்தான் இதுவும். டீ மாட் கணக்கு இல்லாமல் பங்குகள் வாங்க, வைத்துக் கொள்ள முடியாது. அணுகலாம். தவிர, எல்லா வங்கிகளிலும் அந்த வசதி இருக்கிறது. ஒருவரே எத்தனை டீ மாட் கணக்கு வேண்டுமானாலும் வைத்துக் கொள்ளலாம்.

முகவரிச் சான்று, பேன் கார்டு மற்றும் ஒரு வங்கிக் கணக்கு ஆகியவற்றை நாம் தேர்வு செய்யும் பங்குத் தரகரிடம் கொடுக்க வேண்டும். அவர் கொடுக்கும் விண்ணப்பத்தை (கவனித்துப் பார்த்து) நிறைவு செய்து கொடுத்தால், அவரிடமே நமக்கான ஒரு வர்த்தகக் கணக்கைத் திறந்து விடலாம். அதன்பின் தாராளமாக பங்குகள் வாங்கலாம், வைத்துக் கொள்ளலாம், விற்கவும் செய்யலாம். பங்குகளை வீட்டிலிருந்தபடியே, ஆன் லைனில் கூட வாங்கி வர்த்தகம் செய்யலாம்.

பேஸ் வேல்யு

பேஸ் வேல்யு வேறு, மார்க்கெட் பிரைஸ் வேறு. பேஸ் வேல்யு என்பதும் மார்க்கெட் விலை என்பதும் ஒன்றல்ல. உதாரணத்திற்கு ஹீரோ மோட்டார் கார்ப் பங்கு ஒன்றின் பேஸ் வேல்யு ரூபாய் 2. அதன் மார்க்கெட் விலை ரூபாய் 2100. மார்க்கெட் விலை தினசரி மாறும். பேஸ் வேல்யு அப்படி இல்லை. ஒரு பங்கின் பேஸ் வேல்யு 2 ரூபாயாகத்தான் இருக்க வேண்டும் என்பதில்லை. என்னவாகவும் இருக்கலாம். TCS பங்குகளின் பேஸ் வேல்யு ரூபாய் 1, BHEL பங்கின் பேஸ் வேல்யு ரூபாய் 2, இன்போசிஸ், மாருதி, பங்குகளின் பேஸ்

வேல்யு ரூபாய் 5, டாடா ஸ்டீல், இந்தியன் வங்கி ஆகிய பங்குகளின் பேஸ் வேல்யு ரூபாய் 10.

நிறுவனத்தைப் பொறுத்தவரை, அதற்கு பேஸ் வேல்யுதான் கணக்கு. டிவிடெண்ட் பேஸ் வேல்யுவுக்குத்தான் கொடுப்பார்கள். ஹீரோ மோட்டார் கார்ப் கொடுக்கும் 5,250% டிவிடெண்ட் அதன் பேஸ் வேல்யுவான 2 ரூபாய்க்குத்தான். சந்தையில் 2100 ரூபாய் விற்கும் ஹீரோ மோட்டார் கார்ப் கொடுக்கும் பங்கை வாங்கினால் ரூபாய் 105 டிவிடெண்டாகக் கிடைக்கும். இப்போது பங்கு வாங்குகிறவரைப் பொறுத்தவரை ரூபாய் 2100 முதலீட்டுக்கு ரூ.105 வருமானம். ரூபாய் 100க்கு எவ்வளவு என்று கணக்கிட்டால், ரூபாய் 5 டிவிடெண்ட் வருமானம்.

குடும்ப ஸ்தாபனங்கள், கார்ப்பரேட், வித்தியாசம் என்ன?

குடும்பம் நடத்தும் நிறுவனத்தில், குடும்பத் தலைவரே நிறுவனத்தின் தலைவரும். அவர் அறிந்த அளவு (மட்டுமே) நிறுவனமும் அறியும். அவர் எடுப்பதுதான் முடிவுகள். அது சிறப்பானதாகவும் இருக்கலாம், முரட்டுத்தனமானதாகவும் இருக்கலாம். அது தலைவரின் குணாதிசயத்தைப் பொறுத்தது.

கார்ப்பரேட் என்றால் அங்கே பல தொழில்முறை நிபுணர்கள் இருப்பார்கள். இருக்க வேண்டும். அவரவர் துறை அறிவைப் பயன்படுத்தி அவர்கள் அந்த நிறுவனத்தை முன்னேற்றப் பார்ப்பார்கள். வேண்டியவன், வேண்டாதவன் என்று பாகுபாடு பார்க்கக் கூடாது. காரணம், ‘முதலாளிக்கு மட்டும் பயப்பட்டால் போதும், அவர் நல்மதிப்பைப் பெற்றுவிட்டால் போதும் எதுவும் செய்யலாம்’ என்கிற நிலைமை அங்கே இருக்காது. நிறுவனத்திற்கு எது சரியோ அதைச் சொல்லலாம். அதைச் செய்யலாம். முதலாளியைப் பார்க்க வேண்டும் சலாம் அடிக்க வேண்டும் என்றெல்லாம் அவசியம் இல்லை. சமயத்தில் அவர் கருத்துக்கு மாறாகக் கூட அது நிறுவனத்திற்கு நன்மை பயக்கும் என்றால் கருத்துச் சொல்லலாம். முடிவு எடுக்கலாம். நடைமுறையில் முழுவதும் தொழில்முறை நிபுணர்களால் நடத்தப்படும் கார்ப்பரேட்டுகள் மிகக் குறைவு. காரணம் அவர்களும் மனிதர்கள்தானே.

நாடு	கரன்சி	அக்டோபர் 2023
பிரான்ஸ்	ப்ராங்க் (FRF)	மதிப்பு (INR) உபயோகத்தில் இல்லை

ப்ராங்க் உபயோகிக்கும் பிற நாடுகள்

யுரோ வந்ததும் பிரெஞ்சு குடியரசு ப்ராங்க் கரன்சியை உபயோகிப்பதைக் கைவிட்டுவிட்டது என்றாலும் பாலினேஷியா காலேடோனியா போன்ற தீவுகளில் மட்டும் இவை புழக்கத்தில் உள்ளது.

4. ஆன்லைன் வர்த்தகம்

தீபாவளி அன்று பங்குச்சந்தைகளில் மாலை ஒரு சிறப்பு வர்த்தகம் நடப்பது இப்போதும் தொடரும் ஒரு வழக்கம். அதன் பெயர் மூரட் டிரேடிங். வட இந்தியர்கள் அன்று புதுக்கணக்கு ஆரம்பிப்பார்கள். அதற்காகவே ஒரு ஸ்பெஷல் டிரேடிங் செஷன். ஒரு மணி நேரம் மட்டும் அது நடக்கும்.

அன்று செகண்ட் லைன் பீச் ரோட்டில் இருக்கும் ஸ்டாக் எக்ஸ்சேஞ்சிற்குப் போனோம். மாடி ஏறி வர்த்தகம் நடக்கும் இடத்திற்குப் போனார் அப்பா. கூடவே நானும். சிறப்பு வர்த்தகம் என்பதால் அன்று அதிகக் கெடுபிடிகள் இல்லை. அது ஒரு பெரிய ஹால். உள்ளே புரோக்கர்களும், புரோக்கர்களின் பிரதிநிதிகளும், அவர்களை ஆத்தரைசிடு அசிஸ்டேன்ஸ் என்பார்கள். அவர்களிடம்தான், முதலீட்டாளர்கள் தாங்கள் வாங்க, விற்க வேண்டிய பங்குகள் பற்றிய விபரங்களை முன்கூட்டியே சொல்லி வைக்க வேண்டும் (செல்போன்கள் வந்திராதா காலம்).

ஸ்பெஷல் டிரேடிங் தினத்தன்று மட்டுமில்லை. எல்லா வர்த்தக நாட்களிலுமே, அந்த ஹாலில்தான் பங்குகள் வாங்க, விற்கப்படும். புரோக்கர்களும், வேறு வரமுடியாத சில (பெரிய புரோக்கர்களின் உதவியாளர்களும் மட்டுமே

ஒரே இடத்தில் கூடி பகல் முழுவதும் நேரடியாகப் பரிவர்த்தனையில் ஈடுபடுவார்கள்.

இதே போலதான் மும்பையிலும், தலால் ஸ்டிரீட்டில் இருக்கும். பாம்பே ஸ்டாக் எக்ஸ்சேஞ்சின் டிரேடிங் புளோரில்தான் முன்பு பங்கு வர்த்தகம் நடக்கும். பாம்பே ஸ்டாக் எக்ஸ்சேஞ்த்தான் இந்தியாவின் மிகப்பெரிய எக்ஸ்சேஞ்ச், இதுதான் ஆசியாவின் முதல் பங்குச்சந்தையும் கூட (1875). மும்பை, சென்னை போலவே பெங்களூர், தில்லி, கல்கத்தா, பூனா எனப் பல பிராந்திய ஸ்டாக் எக்ஸ்சேஞ்ச்கள் இருந்தன. அப்போது (1994க்கு முன்) எல்லாப் பங்குச்சந்தைகளிலும் டிரேடிங் புளோரிங்முறைதான்.

கிராமங்களில் சந்தை நடக்கும் மைதானங்களில் மக்கள் கூட்டம் கூட்டமாக ஆங்காங்கே நிற்பார்களே, அப்படி நின்று சத்தமாகப் பேரம் பேசிக் கொண்டிருப்பார்கள். எல்லாரும் ஏதேதோ பங்குகள் பெயரையும், விலையையும், சொல்லிக் கூவிக் கொண்டிருப்பார்கள். இப்படியாகப் புரோக்கர்கள் வாடிக்கையாளர்கள் கொடுத்திருந்த ஆர்டர்படி, அவர்கள் விற்க வேண்டிய, வாங்க வேண்டிய பங்குகளின் விபரங்களைச் சத்தமாகச் சொல்வார்கள். அது காய்கறிக்காரர்கள் அடித்தொண்டையில் கத்தி வியாபாரம் செய்வது போல் இருக்கும்.

இதன் பெயர் புளோர் டிரேடிங். இந்த விற்பனை முறையெல்லாம் இப்போது இல்லை. தற்போது எல்லாமே கணினி மயம். டிரேடிங் என்பது ஒரு இடத்தில், கட்டிடத்தில் நடப்பது இல்லை. காலை 9.15 மணிக்கு எல்லாப் புரோக்கர்களும் அவரவர் ஊர்களில் அவரவர் அலுவலகம் அல்லது வீட்டில் இருந்தபடி அவர்களது NSE அனுமதி பெற்ற கணினியைப் பார்த்தால் போதும். பட்டியலிடப்பட்டுள்ள பங்குகளின் ஆயிரக்கணக்கான விலைகள் கணினித் திரையில் ஒளிரும். எந்தப் பங்கை, எவ்வளவு பேர், என்ன என்ன விலைகளில் வாங்கக் காத்திருக்கிறார்கள் என்பது அதில் தெரியும். அதேபோல என்ன விலைகளில் பங்குகள் விற்பதற்குக் கிடைக்கின்றன என்பதும் தெரியும்.

நொடிக்கு நொடி விலைகள் மாறிக் கொண்டு இருக்கும். நாம் நமது புரோக்கரிடம் முன்கூட்டியே சொல்லியிருந்தால் போதும். அவர் நமக்காக, அவரது கணினி (டிரேடிங் டெர்மினல்)யில் வாங்க ஆர்டர் போடுவார். விற்கச் சொல்லியிருந்தால் விற்க ஆர்டர் போடுவார். முடிந்தது வேலை.

NSE பங்குச்சந்தை 1,486 ஊர்களில் இருக்கும் சுமார் 2.3 லட்சம் பங்குகள் டிரேடிங் செய்யக் கூடிய டிரேடிங் டெர்மினல்களை அனுமதித்திருக்கிறது. இந்த டெர்மினல்களில்

புரோக்கர்கள் மூலம்தான் பங்குகளை வாங்கவோ, விற்கவோ முடியும். புரோக்கர் அலுவலகத்துக்கு நேரே போவோர் உண்டு. தொலைபேசியில் ஆர்டர்கள் கொடுப்பவர்களும் உண்டு. இவை போக, புரோக்கர்களிடம் சிறப்பு ஆன்லைன் கணக்குகள் திறந்து கொண்டு, அதற்கான யூசர் ஐடி மற்றும் பாஸ்வேர்டை, புரோக்கரிடமிருந்து பெற்று, தாங்களே, எங்கிருந்தாலும், எந்தக் கம்ப்யூட்டர் மூலமாகவும், புரோக்கரின் Trading Site-க்குப் போய், நேரடியாக வாங்கும், விற்கும் ஆர்டர் போட்டு, விரும்பும் வர்த்தகத்தை முடித்துக் கொள்ளலாம்.

பணப்பட்டுவாடா, இணையம் மூலமே நடைபெறும். வாங்கிய பங்கு, நம் டீ மாட் கணக்குக்கு வருவதும், விற்ற பங்கு நம் கணக்கில் இருந்து வெளியேறுதலும் இணையம் மூலம் நடந்து முடிந்துவிடும். பிறர் ஒத்தாசை, அலைச்சல், காத்திருத்தல், மனிதர்களால் தாமதம் போன்றவை இதிலில்லை. நம் பாஸ்வேர்டை எவரிடமும் தெரிவிக்கக் கூடாது. யூசர் ஐடியையும் பாஸ்வேர்டையும் ஒரே இடத்தில் எழுதி வைக்கக் கூடாது. புரோக்கரிடமே இரண்டையும் கொடுத்து அவரை நமக்காக டிரேட் செய்ய அனுமதிக்கக் கூடாது. இப்படியெல்லாம் செய்யாமல் ஆன்லைனில் டிரேட் செய்வது பாதுகாப்பானது.

பங்குச்சந்தை வர்த்தகம் அன்றும் இன்றும்	
வழக்கமான வர்த்தகம்	**ஆன்லைன் வர்த்தகம்**
ஒவ்வொரு முறையும் புரோக்கர் உதவியுடன் செய்வது	நாமே செய்வது
நமது ஆர்டரைப் போடுவதில் சமயங்களில் தாமதம் ஆகலாம். அதனால் வேண்டிய விலை கிடைக்காமல் போகலாம்.	இணையத்தின் வேகம் மற்றும் கனெக்டிவிட்டியை பொறுத்தது.
சில சமயங்களில் கம்யூனிகேசன் கேப் ஏற்பட்டு அதனால் சர்ச்சைகள் வரலாம்.	ஆர்டர் சரியாகப் போட்டாலும், தவறாகப் போட்டாலும் லாபம், நஷ்டம் நம்மைச் சார்ந்தது.
டெலிவரிக்கு POA (பவர்) கட்டாயம் இல்லை	முன்கூட்டியே (பவர்) கொடுக்க வேண்டும்.

நாடு	கரன்சி	அக்டோபர் 2023
அமெரிக்கா	டாலர் (USD)	மதிப்பு (INR) 83.28

பிற நாடுகளின் டாலர்கள்

ஆஸ்திரேலிய டாலர் (AUD), பஹமியன் டாலர் (BSD), பார்படோஸ் டாலர் (BBD), பெலிஸ் டாலர் (BZD), பெர்முடா டாலர் (BMD), புருணை டாலர் (BND), (சிங்கப்பூர் டாலர் (SGD), கனடிய டாலர் (கேட்) ஒன்று சேர்ந்து, ஆஸ்திரேலிய Dollar / ஒரு / (ஆஸ்திரேலிய டாலர் இணைந்து கேமன் தீவுகள் டாலர் (கிட்) பிஜி டாலர் (FJD), கிழக்கு கரீபியன் Dollar x CD, Guyanese டாலர் (GYD), ஹாங்காங் டாலர் (HKD), ஜமைக்காவின் டாலர் (IMD), கிரிபட்டி டாலர்), Liberian டாலர் (LRD), அமெரிக்காவில் டாலர் (USD), தென்னாப்பிரிக்க ராண்ட் (NAD), நியூசிலாந்து டாலர் (NZD), சிங்கப்பூர் டாலர் (SGD), சாலமன் தீவுகள் டாலர் (SBD), சூரிநாமீசே டாலர் (சேர்ந்து நமீபிய டாலர் (SRD) (N//ஆஸ்திரேலியா டாலர் இணைந்து புதிய தைவான் டாலர் (TWD), டிரினிடாட் மற்றும் டொபாகோ டாலர் (TTD), Tuvaluan டாலர்.

5. கட்டணங்கள் உண்டா? வரிகள் என்ன?

ஐந்து லட்ச ரூபாய்க்கு வீடோ, இடமோ வாங்கினால், வாங்க உதவிய தரகர், ஐந்து அல்லது பத்தாயிரம் ரூபாய் கமிஷன் கேட்பார். வியாபார மதிப்பில் ஒன்று அல்லது இரண்டு சதவிகிதம் புரோக்கர் கட்டணம் (கமிஷன்) என்பது சென்னை போன்ற நகரங்களில் சாதாரணம். வாங்க மட்டும் இல்லை, விற்பதற்கும் புரோக்கர் உதவியை நாடினால் இதே போன்று கட்டணங்களைக் கொடுக்க வேண்டியிருக்கும்.

சொத்தைப் பெயர் மாற்றி, வாங்கியவர் பெயரில் பதிவு செய்யும்போது, அதற்கு நூற்றுக்கு (கைடு லைன் மதிப்பில்) ஒன்பது ரூபாய் என்கிற கணக்கில் மாநில அரசுக்குப் பதிவுக் கட்டணம் செலுத்த வேண்டும். பங்குகளும் சொத்துதான். அசையும் சொத்துக்கள். இவற்றை வாங்க, விற்க உதவுகிற புரோக்கர்களுக்கும் வருமானம் தேவை. அவர்கள் புரொக்ரேஜ் என்கிற பெயரில் கட்டணம் வசூலிக்கிறார்கள். புரோக்கர்கள் அதிகபட்சம் எவ்வளவு சதவிகிதம் கட்டணம் வசூலிக்கலாம் என்கிற செபி (SEBI) யின் வழிகாட்டல் இருக்கிறது. அதிபகட்சமாக இரண்டரை சதவிகிதம் வரை வசூலிக்கலாம்.

ஆனாலும் போட்டி காரணமாக புரோக்கர்கள் அதைவிடக் குறைந்த கட்டணங்களையே வசூலிக்கிறார்கள். 1980களில் இரண்டு மூன்று சதவிகிதங்களாக இருந்த தரகுக் கட்டணங்கள் தற்சமயம் நூற்றுக்கு இருபது பைசா முதல் 75 காசுகள் வரை இருக்கிறது. உதாரணத்திற்கு நூறு ரூபாய்க்கு 20 காசு (0.2%) கட்டணம் வசூலிக்கும் புரோக்கர், ரூபாய் 48ம், 0.75% வசூலிக்கும் புரோக்கர் ரூபாய் 180ம் தரகுக் கட்டணமாகக் கேட்பார்.

தரகர்களிடையே போட்டி – வாடிக்கையாளருக்கு லாபம்

அதிக வாடிக்கையாளர்களை ஈர்ப்பதற்காகச் சில தரகு நிறுவனங்கள் மிகக்குறைந்த கட்டணங்கள் கேட்கிறார்கள். எவ்வளவு வாங்கினாலும் விற்றாலும், புரோக்கர்களின் வேலையில் மாறுபாடு இல்லை என்பதால், மிக அதிக அளவுகளில் வாங்கி விற்கும் வாடிக்கையாளர்களுக்கு, தரகர்களால் குறைந்த கட்டணத்தில் தர முடிகிறது. உதாரணத்திற்கு 10 இன்போசிஸ் பங்குகள் வாங்குவதற்குப் பதில், அதே வாடிக்கையாளர் 100 வாங்கினால், 0.2% கணக்கில் புரோக்கருக்கு 480 ரூபாயும், 1000 வாங்கினால் 4,800 ரூபாயும் கிடைக்கும்.

எவ்வளவு நபர்களால் 1,000 இன்போசிஸ் பங்குகள் வாங்கி விற்க முடியும் என்று கேட்கலாம். ஒரே நாளில் 100 நூறு ஷேர்களாக ஐந்து முறை வாங்கியும் ஐந்து முறை விற்றும் இருந்தால், தரகரைப் பொறுத்தவரை அது 1000 பங்குகள் வர்த்தகம் செய்த மாதிரிதான். அவரைப் பொறுத்தவரை புரோக்கரேஜ் 4,800 ரூபாய் வந்துவிடும்.

இப்படி வாங்கி, அன்றே விற்பதை இண்ட்ராடே டிரேட் என்கிறார்கள். இப்படி அதிக அளவில் வர்த்தகம் செய்பவர்களை ஈர்ப்பதற்கு, தரகு நிறுவனங்கள்

கட்டணங்களைக் குறைக்கின்றன. எந்த அளவு என்றால், நூறு ரூபாய்க்கு 5 காசு என்கிற அளவுக்கு. அதாவது புரோக்கரேஜ் 0.05% மட்டுமே. 1000 இன்போசிஸ் வர்த்தகம் செய்பவர் 0.05%ல் ரூபாய் 1200 தரகுக் கட்டணமாக வருமானம் கொடுப்பார். ஆக, ஒருவர் செய்யக்கூடிய மொத்த வர்த்தகத்தின் அளவைப் பொறுத்து தரகுக் கட்டணங்கள் அமையும் (ஹோல்சேல், ரீடெயில் விலைகளைப் போல).

வரிகள்

தரகுக் கட்டணங்கள் போக, பங்குகள் வாங்கினாலும் விற்றாலும், செக்யூரிட்டி டிரான்ஸ்சேக்ஷன் டேக்ஸ் (STT) என்கிற மத்திய அரசுக்கான வரி கட்ட வேண்டும். எவ்வளவு தொகைக்கு வர்த்தகம் என்பதைப் பொறுத்து ஆறு விதமாக ஸ்லாப்புகளில் STT போடப்படுகிறது. பத்து இன்போசிஸ் பங்குகளை 24,000 ரூபாய்க்கு வாங்கினால் 24,000 ரூபாய் மீது இந்த STT உண்டு. STT தவிர, கல்வி வரி, கூடுதல் வரி, சேவை வரிகளும் உண்டு. ஆனால் அவை எல்லாம் மொத்தத் தொகையின் மீது அல்ல, புரோக்கரேஜ் தொகையின் மீது மட்டும்தான் போடப்படும். உதாரணத்திற்கு 10 இன்போசிஸ் பங்குகள் வாங்கியவருக்குத் தரகுக் கட்டணம் ரூபாய் 48 ஆயிரம். வாங்கியவருக்கு ரூபாய் 1200 (என்றால்) அவர்கள் கட்ட வேண்டிய வரி அந்த ரூபாய் 48 மற்றும் 1200 ரூபாய் மீது மட்டும்தான். கல்வி 2%, கூடுதல் கல்வி வரி 1%, சேவை வரி 12% எல்லாம் சேர்த்து 15%. புரோக்கரேஜ் ரூபாய் 1200 என்றால், இந்த வரிகள் எல்லாம் சேர்த்து ரூபாய் 180.

இந்த வரிகளைக் கணக்கிடவோ, போய்க் கட்ட சிரமப்படவோ வேண்டாம். எல்லாவற்றையும் பிடித்துக் கொண்டுதான் உங்களுக்குத் தரவேண்டிய பணத்தைத் தருவார்கள் அல்லது நாம் கொடுக்க வேண்டியிருந்தால், இவற்றையும் சேர்த்துத்தான் கேட்பார்கள். பெரும்பாலும் இவற்றில் தவறுகள் நிகழ வாய்ப்புகள் குறைவு. காரணம், இவற்றை எல்லாம் பல கண்காணிப்பு ஆணையங்கள் தொடர்ந்து ஆய்வு செய்கின்றன. இவையெல்லாம் பங்குகளை வாங்கினால்? விற்றால் கொடுக்க வேண்டிய கட்டணங்கள் மற்றும் வரிகள்.

டிவிடெண்ட் வருமானமா? வரி இல்லை

பங்குகளை வாங்கி வைத்திருப்பவர்களுக்கு, அந்த நிறுவனங்கள் டிவிடெண்ட் கொடுக்கும் என்பதை முன்பே பார்த்தோம். அந்த டிவிடெண்ட்டுகள்தான் பங்குதாரர்களுக்குக் கிடைக்கும் வருமானம். விவசாயம் தவிர ஏனைய வழிகளில் வரும்

வருமானங்களுக்கு வருமான வரி உண்டு. ஆனால், பங்குகள் மூலம் ஒருவர் பெறுகிற டிவிடெண்ட் வருமானத்திற்கு வருமான வரி கிடையாது. அது எவ்வளவாக இருந்தாலும்.

பொறுத்திருந்து விற்கிறாயா?

வீடோ, இடமோ வாங்கி சில காலம் வைத்திருந்துவிட்டு விற்றால், அந்த விற்பனையின் மூலம் லாபம் வந்தால் அதன் பெயர் கேப்பிடல் கெயின். இங்கே போட்ட முதலின் மதிப்புக் கூடி அதன் மூலம் விற்பவருக்கு ஆதாயம் கிடைக்கிறது. அந்த ஆதாயத்தில் ஒரு பகுதியை அவர் அரசுக்கு வரியாகக் கட்ட வேண்டும். அதன் பெயர் கேப்பிடல் கெயின்ஸ் டேக்ஸ். மேலாகப் பங்குகளை வாங்கி ஓர் ஆண்டுக்கு வைத்திருந்துவிட்டு விற்றால், அதில் லாபம் கிடைத்தால், அந்த ஆதாயத்திற்கு முதலீட்டாளர் வரி கட்ட வேண்டாம். ஆனால், ஓர் ஆண்டுக்கும் முன்பாக விற்றால், கிடைக்கும் லாபத்தில் 15%ஐ, கேப்பிடல் கெயின்ஸ் டேக்ஸ் ஆகக் கட்ட வேண்டும்.

நாடு	கரன்சி	அக்டோபர் 2023
இத்தாலி	லிரா (ITL)	மதிப்பு (INR) யூரோவுடன் இணைக்கப்பட்டுவிட்டது

6. சென்செக்ஸ் வேறு, நிஃப்டி வேறா?

ஊடகங்களில் செய்திகளின் இறுதியில், வணிகச் செய்திகள் என்று அறிவித்து, தங்கம், வெள்ளி விலை நிலவரம் தவிர, அன்றைய தினம் பங்குச்சந்தைகள் ஏற்றம் கண்டனவா, இல்லையா, என்று சொல்லுவதைக் கவனித்திருக்கலாம்.

மும்பைப் பங்குச்சந்தைக் குறியீட்டு எண் சென்செக்ஸ் எவ்வளவு புள்ளிகள் உயர்ந்தது அல்லது இறங்கியது என்றும், தேசியப் பங்குச்சந்தை நிஃப்டி (Nifty) என்ன மாற்றம் கண்டது என்றும் எல்லா வார நாட்களிலும் தவறாமல் சொல்கிறார்கள். பங்குகள் பற்றி ஓரளவிற்கு அறிமுகம் இருப்பவர்களுக்கே கூட, சென்செக்ஸ், நிஃப்டி போன்ற சொற்கள் புதிதாகவும் முழு அர்த்தம் தெரியாததாகவும் இருக்கலாம்.

சென்செக்ஸீம், நிஃப்டியும் அடையாள எண்கள். மும்பைப் பங்குச்சந்தையின் குறியீட்டு எண்ணுக்குப் பெயர் சென்செக்ஸ். தேசியப் பங்குச்சந்தையின் குறியீட்டு எண்ணுக்குப் பெயர் நிஃப்டி.

சென்னை கோயம்பேடு மார்க்கெட், ஈரோடு மார்க்கெட் போன்ற சந்தைகள் மாதிரிதான் மும்பை மற்றும் தேசியப் பங்குச்சந்தைகளும் என்ன வித்தியாசம் என்றால் காய்கறிகளுக்குப் பதில், இங்கே பங்குகள் விற்பனை நடக்கும். சந்தைகளில் கடை போட்டிருப்பவர்கள் வேறு, சந்தையை நிர்வாகம் செய்கிறவர்கள் வேறு என்பதைப் போலவே பங்குச்சந்தைகளை நடத்துகிறவர்கள் வேறு, அங்கே கடை போட்டு (புரோக்கர்களாகப் பதிவு செய்துகொண்டு வாடிக்கையாளர்களுக்காகப் பங்குகளை வாங்கி விற்பவர்கள் வேறு.

BSE, NSE ஆகிய இரு சந்தைகளுமே தனியார்களால்தான் நடத்தப்படுகின்றன. பல நிறுவனங்களும், புரோக்கர்களும் பணம் போட்டுக் கூட்டாக அவற்றை நடத்துகிறார்கள். ஆனால் இரண்டின் நிர்வாகங்களும் வேறு வேறு மாதிரியானவை. சரியாகச் சொல்லுவதென்றால் இரண்டு சந்தைகளும் ஒன்றுக்கு ஒன்று போட்டிச் சந்தைகள். இரண்டிலும் கிட்டத்தட்ட அதே நிறுவனப் பங்குகளின் வர்த்தகம்தான் நடக்கின்றன.

இன்றைய ஈரோடு மார்க்கெட் நிலவரம் எப்படி என்று கேட்டால், சந்தை நிர்வாகிகள் எப்படிப் பதில் சொல்வார்கள்? அங்கே பல வகைகளில் எண்ணிக்கைகளில் காய்கறிகள், பழங்கள் விற்பனை ஆகின்றன. சிலவற்றின் விலைகள் குறிப்பிட்ட நாட்களில் உயர்ந்திருக்கும். வேறு சிலவற்றின் விலைகள் அன்றைய தினம் மட்டும் இறங்கியிருக்கும். ஆனாலும் அவர்கள் மொத்தமாகக் காய்கறி விலை வீழ்ச்சி என்றோ ஏற்றம் என்றோ தெளிவாகச் சொல்லுவார்கள். காரணம், அவர்கள் எல்லாக் காய்கறிகளின் விலை மாற்றங்களையும் கணக்கில் எடுத்துக் கொள்ளுவது இல்லை. அதிகம் விற்பனையாகிற உருளை, வெங்காயம், தக்காளி, கேரட், வெண்டை போன்ற சிலவற்றின் விலைகளை வைத்துத்தான் அன்றைய மார்க்கெட் நிலவரத்தைச் சொல்லுவார்கள்.

பங்குச்சந்தையிலும் அப்படித்தான். தினசரி அதிக எண்ணிக்கையில் வர்த்தகம் ஆகும் பங்குகளைத் தேர்ந்தெடுத்து, அவற்றின் விலை மாற்றங்களை மட்டும், மொத்தப் பங்குச்சந்தையின் விலை ஏற்ற இறக்கங்களாகச் சொல்கிற பழக்கம் இருக்கிறது. மும்பைப் பங்குச்சந்தையில் தேர்வு செய்த 30 நிறுவனங்களின் பங்குகளை ஒரு பட்டியலாக்கி அதற்கு ஏ குரூப் என்று பெயர் வைத்திருக்கிறார்கள். அந்த 30 பங்குகளின் விலை மாற்றங்களைக் காட்டும் குறியீட்டு எண்தான் சென்செக்ஸ். சென்செக்ஸ் என்பது சென்சிடிவ் இன்டெக்ஸ் என்பதன் சுருக்கம்.

மற்றொரு பங்குச்சந்தையான தேசியப் பங்குச்சந்தையும் அதே விதமாக 50 பங்குகளைத் தேர்வு செய்து, ஓர் பட்டியல் வைத்திருக்கிறது. அந்தப் பட்டியலின் முழுப்பெயர் பெயர், என்.எஸ்.சி. பிப்டி (NSE Fifty) சுருக்கமாக நிஃப்டி.

2023 அக்டோபரில் சென்செக்ஸ் 66,000 க்கும் 64500 க்கும் இடையிலும், நிப்டி 18800 மற்றும் 19400 புள்ளிகளுக்கு

இடையிலும் நடமாடிக் கொண்டிருக்கிறது. தினசரி 100, 200 புள்ளிகள் உயர்வதும் இறங்குவதுமாக இருக்கிறது.

ஆக, சென்செக்ஸ் குறிப்பிட்ட தினத்தில் உயர்வு கண்டது என்றால், எல்லாப் பங்குகளின் விலைகளும் குறிப்பாக நாம் வாங்கியிருக்கிற பங்குகளின் விலை உயர்ந்திருக்க வேண்டும் என்கிற அவசியமில்லை. சென்செக்ஸ் பட்டியலில் இருக்கும் எல்லாப் பங்குகளின் விலைகளும் உயர்ந்திருக்க வேண்டும் எனபது இல்லை. முப்பது நிறுவனப் பங்குகளில் பெரும்பாலானவற்றின் விலைகள் உயர்ந்திருக்கும். ஒரு சிலவற்றின் விலைகள் அதே தினம் குறைந்திருக்கலாம். ஆனால் மொத்தமாகப் பார்க்கும் போது, அந்த முப்பது பங்குகளின் விலைகள் முன் தினத்தைவிடக் கூடுதல் என்பதுதான் தகவல்.

தேசியப் பங்குச்சந்தையின் 50 பங்குகளின் விலை மாற்றங்கள் நிப்டியின் உயர்வு தாழ்வுகளாகச் சொல்லப்படுகின்றன. 1984ம் ஆண்டு 100 புள்ளிகளுடன் தொடங்கிய சென்செக்ஸ், 1995 ஜூன் 25 அன்று 1000 புள்ளிகளைத் தொட்டது. செப்டெம்பர் 15,2023 அதிகபட்சமாக 67838 தாண்டியது. நிஃப்டி 1000 புள்ளிகளுடன் 1995ல் தொடங்கப்பட்டது. அதுவும் அதன் உச்சமான 20192ஐ 2008 செப்டெம்பர் 15,2023 அன்றுதான் தொட்டது. சென்செக்ஸ் மற்றும் நிப்டி பட்டியல்களில் இருக்கும் பங்குகளில் சில

ITC, ரிலையன்ஸ் இண்டஸ்டிரீஸ், இன்போசிஸ், HDFC பேங்க், ICICI பேங்க், ONGC, ஹிந்துஸ்தான் யூனிலீவர், டாடா மோட்டார், BHEL, மாருதி சூசுகி, ஹிண்டால்கோ, L&T, சிப்ளா, NTPC, ஸ்டேட் பேங்க் ஆப் இந்தியா, TCS, ஹீரோ மோட்டார்ஸ், பஜாஜ் ஆட்டோ, சன்பார்மா, விப்ரோ, கோல் இந்தியா.

நாடு	கரன்சி	அக்டோபர் 2023
கானா	Cedi (GHS)	மதிப்பு (INR) 7.08

7. பங்குச்சந்தை - தகவல்களால் நகருகிற உலகம்

2019ம் ஆண்டு ஒரு நாள் மத்திய நிதியமைச்சர் நிர்மலா சீதாராமன் சில அறிவிப்புகள் செய்தார். அவ்வளவுதான். பங்குச்சந்தைகளில் புலிப் பாய்ச்சல். சென்செக்ஸ் ஒரே நாளில் 2000 புள்ளிகள். இது முன்பு பி.சிதம்பரம் அவர்கள் போட்ட டிரீம் பட்ஜெட்டின் போது கூட நடக்கவில்லை.

நம்ப முடியாத அளவு உடனடியாக உயர்ந்தது மட்டுமல்ல, அடுத்த வர்த்தக நாளான 23 செப்டெம்பர் திங்கட்கிழமையும் இன்னோரு பெரிய ஏற்றம். சென்செக்ஸ் மற்றொரு 1075 புள்ளிகள் எகிறல். இரண்டு நாட்களில் மட்டும் முதலீட்டாளர்கள் பங்கு மதிப்பு பத்தரை லட்சம் கோடி ரூபாய்கள் உயர்வு. பங்கு சந்தையை பொறுத்தவரை அடி பின்னிவிட்டார்கள் என்றுதான் சொல்லவேண்டும்.

அப்படி என்னதான் அறிவித்துவிட்டார் நிதியமைச்சர், இந்த ஆட்டம் அங்கே?

நிறுவனங்கள் அவற்றின் லாபத்தின் மீது கட்ட வேண்டிய வருமான வரியை பெரிய அளவில் குறைத்துவிட்டார்கள்.

- வேறு எந்த விலக்கோ, மானியமோ பெறாத நிறுவனங்கள் 22 சதவிகிதம் வருமான வரி கட்டினால் போதும். சர் சார்ஜையும் செஸ்ஸையும் சேர்த்து அதிகபட்சம் 25.17% தான் கார்ப்பரேட் இன்கம்டேக்ஸ். இதை தேர்வு செய்யும் நிறுவனங்கள் குறைந்தபட்ச மாற்று வரி 'மேட்' கட்டத் தேவையில்லை.

- தொடர்ந்து அரசின் பிற சலுகைகள்/ மானியங்கள் பெறும் நிறுவனங்கள் கட்டவேண்டிய குறைந்தபட்ச மாற்று வரி 'மேட்' 18.5% ல் இருந்து 15% ஆகக் குறைக்கப்பட்டது.
- 2019 அக்டோபர் 1ம் தேதிக்குப் பிறகு ஆரம்பிக்கப்பட்டு, 31 மார்ச் 2013க்குள் உற்பத்தியைத் தொடங்கும் புதிய நிறுவனங்கள், வேறு எந்த விலக்கோ, மானியமோ பெறாதபட்சம் 15% வருமான வரி கட்டினால் போதும். இவர்களுக்கு சர் சார்ஜையும் செஸ்ஸையும் சேர்த்து அதிகபட்சம் 17.01% தான் கார்ப்பரேட் இன்கம்டேக்ஸ். இதன் மூலம் மேக் இன் இந்தியா வலுவடையும்.

மேலும் மூலதன ஆதாய வரியிலும் சலுகைகள் கொடுக்கப்பட்டன.

- செக்யூரிட்டி டிரான்சேக்ஷன் டேக்ஸ் கட்டும், பங்குகள், பரஸ்பதிநிதி வர்த்தகம் மூலம் கிடைக்கும் லாபத்தின் மீதான வரியின் மீது போடப்பட்டிருந்த சர்சார்ஜ் விலக்கிக்கொள்ளப்பட்டது.
- Foreign Portfolio Investors (FPIs) ஈட்டும், டிரவேட்டிவ்ஸ் உட்பட மூலதன ஆதாயங்களுக்கும் சர்சார்ஜ் விலக்கிக்கொள்ளப்பட்டது.
- 5.7.19 க்கு முன்னர் அறிவிக்கபட்ட பங்குகள் பை பேக்கிற்கு வரிகள் விலக்கிக் கொள்ளப்பட்ட்டன.
- மேலும் லாபத்தில் 2% CSR செலவுகளை எவற்றில் செய்யலாம் என்பதிலும் தளர்வுகள் செய்யப்பட்டன.

20ம் தேதி தொடக்கமே ராக்கெட் வேகம்தான். சென்செக்ஸ்சும், நிஃப்டியும் 2% க்கும் அதிகமாக உயர்ந்தன. முழுவதும் மேல் நோக்கிய ஓட்டம்தான். ஸ்டேட் பேங்க் பங்கு அன்றைய ஒரு நாளில் மட்டும் 100 ரூபாய்க்கும் மேல் விலை உயர்ந்தது. வங்கிப் பங்குகள் மட்டுமல்ல. பெரும்பாலான நல்ல நிறுவனங்களின் பங்கு விலைகளும் கணிசமாக உயர்ந்தன. பங்குச்சந்தைக் காளைகளின் பாய்ச்சல் அடுத்த வர்த்தக நாளான 23 அன்றும் தொடர்ந்தது.

அதற்கு முன்னும் இப்படி உயர்ந்திருக்கிறதுதான். ஆனால், ஒரு சில தினங்களில்தான் இப்படிப்பட்ட தாவல்களைப் பார்க்க முடியும். ஏன் தாவல் என்கிறோம் என்றால், இரண்டு சந்தைகளின் குறியீட்டு எண்களும் ஒரே நாளில் இரண்டரை

சதவிகிதம் எகிறின. இது பெரும்பாலானவர்கள் எதிர்பாராதது. பங்குகள் விலை உயர வேண்டுமானால் சிறியது முதல் பெரியது வரை எவ்வளவோ விஷயங்கள் சரியானபடி இருக்க வேண்டும். எந்த ஒன்று குறைந்தாலும் சிரமம்தான்.

சிறியது முதல் பெரியது வரையிலான பல விஷயங்கள் என்றால் என்ன? சிறியது என்றால், குறிப்பிட்ட நிறுவனத்தின் வியாபாரம் நன்றாக நடக்க வேண்டும். நிறுவனம் லாபம் ஈட்ட வேண்டும். நிறுவனத்தில் அமைதி நிலவ வேண்டும். உதாரணத்திற்கு, மாருதி கார் கம்பெனியின் மானசரோவர் தொழிலகத்தில் கலாட்டா. அதனால் நிறுவனத்தின் உற்பத்தி பாதிப்பு என்ற தகவல் வெளியான சற்று நேரத்தில் மாருதி நிறுவனப் பங்கு விலை வீழ்ந்தது. உற்பத்தி மீண்டும் தொடங்கிய தகவல் வந்த உடனே மீண்டும் மாருதி நிறுவனப் பங்கின் விலை உயர்ந்தது.

இதில் பெரிய விஷயம் என்னவென்றால், நிறுவனம் சார்ந்திருக்கிற தொழில் பற்றிய சாதகமான அல்லது பாதகமான தகவல்கள், நிறுவனம் தயாரிக்கிற பொருள் மீதான வரிகள், போட்டி நிறுவனங்களின் நடவடிக்கைகள், வாடிக்கையாளர்களைப் பாதிக்கக் கூடிய அவர்களுக்கான வேலை வாய்ப்புகள், அவர்களுடைய வருமான வரி, வரி விதிக்கிற அரசின் வருமானம், அது கொடுக்கிற மானியங்களின் அளவுகள், அரசு எடுக்கிற பொருளாதாரம் சார்ந்த கொள்கை முடிவுகள், அந்த அரசின் ஸ்திரத்தன்மை. இப்படி எவ்வளவோ இருக்கின்றன.

பங்கு விலைகள் கணிசமாக உயர்வதற்கு முன்தினம், அரசின் நிதியமைச்சர் அரசின் சில முடிவுகளை அறிவித்தார், ஆக, அரசு அறிவித்த சில முக்கிய தகவல்களின் அடிப்படையில் முதலீட்டாளர்கள் பங்குகளை வாங்கிக் குவித்தார்கள். தகவல்கள் மாறினால் விலைகளின் போக்கும் திசையும் மாறும். தகவல்கள் வலுப்பெற்றால் புதிய சாதகமான செய்திகள் வந்தால், ஏற்றம் தொடரும். அதிகரிக்கவும் செய்யலாம்.

பங்குச்சந்தை தகவல்களால் நகரும் உலகம். நாம் திரட்டும் துல்லியமான தகவல்கள் பணம் செய்ய உதவும். பெறுகிற தகவல்களைச் சரியாகப் புரிந்து கொண்டு, துரிதமாகச் செயல்படுகிறவர்கள்தான் இங்குப் பணம் பண்ணுகிறார்கள்.

நாடு	கரன்சி	அக்டோபர் 2023
இஸ்ரேல்	ஷேகல்	மதிப்பு (INR) 20.95

8. ஏற்ற இறக்கங்கள்

பங்குச்சந்தை உயர்ந்தாலும் அதற்கான காரணம் சொல்ல முடியும். இறங்கினாலும் அதற்குக் காரணம் சொல்லமுடியும். உகரைன் போர் அல்லது ஹமாஸ் தாக்குதல் என்பார்கள். இல்லாவிட்டால் இருக்கவே இருக்கிறது அமெரிக்காவில் ரெசிஷன் வரலாம் அல்லது பெடரல் ரிசர்வ் வட்டி விகித மாறுதல்.

ஏறுவதும் இறங்குவதுமாக இருக்கிற சந்தை கொடுக்கிற தொல்லை. அதிலும் குறிப்பாகச் சிறு முதலீட்டாளர்களுக்கு அது கொடுக்கிற சிரமம் அதிகம். சந்தை இறங்கப் போகிறதென்று கையில் இருப்பவற்றை விற்றுவிட்டால், சோதனையாக விற்ற நாள் முதல் விலை உயரும். நல்ல செய்திகள் வரும். அட தவறவிட்டு விட்டுட்டோமே, என்று ஓடிப்போய் கூடுதல் விலையில் பிடித்தால், பிடித்த நாள் முதல், யூ டர்ன் அடித்து, விலை இறங்கும். இப்படியே பல முறை நடப்பதைப் பார்த்துச் சலித்தும், களைத்தும் போய் உட்கார்ந்திருந்தால், மீண்டும் உயர ஆரம்பிக்கும். 'இப்படித்தான் முன்பு கூட சில சமயங்களில் செய்திருக்கிறது, இது பொய் வலி' என்று தைரியமாய் இருந்தால், மடமடவென்று விலைகள் உயரும். வேண்டாம் என்று தள்ளி இருந்தாலும் விடாது.

'அந்த விலையில் கிடைத்தது', 'இந்த விலையில் கிடைத்தது' என்று சில நாட்கள் அங்கலாய்த்துவிட்டு, தொடர்ந்து உயர்வதைப் பார்க்கப் பொறுக்காமல், 'இனி விடக் கூடாது வாங்கிவிட வேண்டியதுதான்' என்று சில

அனுபவசாலிகள் முடிவெடுப்பார்கள். விலை சற்று ஏறிவிட்ட பங்குகளை வாங்காமல், இன்னும் விலை ஏறாத பங்குகளாகப் பார்த்து வாங்குவார்கள். மற்றவர்களை வாங்கவும் சொல்லுவார்கள். இந்த அணுகுமுறை வெற்றியை உறுதிப்படுத்தாது. விலை ஏறாமல் இருப்பதாலேயே, மிகக் குறைந்த விலையில் கிடைப்பதால் மட்டுமே ஒரு பங்கு வாங்கத் தகுந்தது ஆகிவிடாது. முந்தைய புல் ரன்னில் மிக அதிக விலை போனதாலேயே, இப்போதும் விலை உயரவேண்டும் என்கிற அவசியமும் இல்லை.

கோடைக்காலங்களில் மிகச் சிறந்த மாம்பழங்களைக் குறைந்த விலையில் வாங்கலாம். சீசனில் மிக நல்ல பழங்கள் இப்படிக் குறைந்த விலையிலேயே கிடைக்கும்போது, ஏன் விலை குறைவாக இருக்கிறது என்று சுமாரான பழங்களை வாங்க வேண்டும்.

பங்குச்சந்தை நன்றாக இருக்கிறதா, இன்னும் உயர வாய்ப்பிருக்கிறதா? அப்படியென்றால் நிப்டி 50 இருக்கும் பங்குகளில் சிலவற்றைத் தேர்வு செய்து வாங்கலாம். பங்குச்சந்தையிலும் சீசன் என்பது உண்டு. சீசன் தொடங்கினால் ஒன்றிரண்டு நாட்களில் முடிந்துவிடாது. இடையில் இப்படி அப்படி சில சின்ன இறக்கங்கள் வரலாம். ஒரு ரூபாய், ஐந்து ரூபாய், பத்து ரூபாய் விலைகளுக்குக் கிடைக்கிறது என்று ஓட்டை உடைசல் பங்குகளை வாங்கி மாட்டிக்கொள்ள வேண்டாம்.

நல்ல பங்குகளுக்குச் சில அடையாளங்கள் உண்டு

- குறைந்தது பத்து ஆண்டுகளாக இயங்கி வருகிற நிறுவனம் லாபம் ஈட்டுகிற நிறுவனம் தொடர்ந்து டிவிடெண்ட் கொடுக்கிற நிறுவனம்.
- பங்குச்சந்தையில் ஏ குரூப் அல்லது நிப்டி 50க்குள் பட்டியல் இடப்பட்டிருக்கும் நிறுவனம்.
- நல்ல புரமோட்டர், நம்பகத்தன்மை இருக்கிற கம்பெனி நிர்வாகம்.
- வியாபாரம் (டாப் லைன்) தொடர்ந்து வளருகிற நிறுவனம்.
- லாப அளவு (பாட்டம் லைன்) தொடர்ந்து அதிகரிக்கிற நிறுவனம்.

புல்ஸ்-பேஃர்ஸ்

பங்குகளை விலை உயரும் என்கிற நோக்கத்தில் தொடர்ந்து வாங்கிக் கொண்டேயிருப்பவர்களுக்குப் பெயர் புல்ஸ் (Bulls). காளைமாடு என்பதைத்தான் ஆங்கிலத்தில் புல் என்கிறார்கள். கொம்புகளை நீட்டியபடி முன்னேறி வந்து தாக்கும் காளைகளைப் போல, சில முதலீடாளர்கள்பங்குகள் என்ன விலை உயர்ந்தாலும், ‘போதாது, இன்னும், இன்னும்..’ என்று பங்குகளை வாங்கிக் குவிப்பார்கள். அப்படிப்பட்டவர்களின் எண்ணிக்கை அதிகமாகிவிடும் நேரம், அதே மனோபாவம் சில மாதங்கள் முதல் சில ஆண்டுகள் வரை தொடர்வதை, சந்தை புல் ரன்னில் (காளைகளின் ஓட்டத்தில், ஷெயில்) இருக்கிறது என்பார்கள். 2003ம் ஆண்டு முதல் 2007 வரை இந்தியப் பங்குச்சந்தைகள் அப்படிப்பட்ட ஓட்டத்தில் இருந்தன.

புல்களுக்கு நேர் எதிரான குணாதிசயம் உடையவர்கள் ‘பேர்ஸ்’ (Bears). இவர்கள் அணுகுமுறை தற்காத்துத் தாக்கும் கரடிகள் போன்று இருக்கும். இவர்களின் பார்வையில், நடக்கும் பங்கு விலைகள் அதிகம். அதனால் இவர்கள் சந்தர்ப்பம் கிடைக்கும் போதெல்லாம் பங்குகளை விற்பார்கள். அவர்கள் வசம் இருக்கிற பங்குகளை மட்டும் அல்ல. கையில் பங்குகள் இல்லாமலேயே கூட (F&Oவில்) பங்குகளை விற்று வைப்பார்கள், பின்னால் விலை இறங்கிய பிறகு, குறைந்த விலையில் வாங்கிக் கொடுத்து, விலை வேறுபாட்டில் கிடைக்கும் லாபத்தைப் பிடிக்கலாம் என்கிற நினைப்பில். சந்தையில் எப்போதுமே, இவர்களுக்கு இடையே, நீயா நானா? தான்.

நாடு	கரன்சி	அக்டோபர் 2023
சவுதி	ரியால் (SAR)	மதிப்பு (INR) 22.20

9. உலக பங்குச்சந்தைகள் எவை எங்கே எப்படி?

உலகப் பங்குச்சந்தைகளுக்கும், நம் சந்தைகளுக்கும் என்ன தொடர்பு?

பங்குச்சந்தை பற்றிய பேச்சு வந்தாலே பலரும் கேட்கிற முதல் கேள்வி, "இன்றைக்குப் பங்குச்சந்தை உயருமா?" உயரும் என்று சொல்லிவிட்டால் தவறாமல் அடுத்து வருகிற கேள்வி. "எந்தப் பங்கை வாங்கலாம்?" என்பதுதான். நேரில் மட்டுமல்ல, தொலைக்காட்சி நிகழ்ச்சிகளில் வருகிற கேள்விகளும் இதே ரகம்தான். இன்றைக்குப் பங்குச்சந்தை உயருமா அல்லது இறங்குமா என்கிற கேள்விக்குச் சொல்கிற பதில்கள் எவற்றைப் பொறுத்தது?

அன்றைய தினம் காலையில் வந்திருக்கிற பல்வேறு செய்திகளையும் பொறுத்தது. நிறுவனங்களைப் பாதிக்கிற செய்திகள், பண வீக்கம், தொழில் வளர்ச்சி, பொருளாதார வளர்ச்சி போன்றவற்றின் புள்ளி விபரங்கள், கச்சா எண்ணை விலை என்று ஏகப்பட்டவை இருக்கின்றன. அவைபோகக் கடந்த சில ஆண்டுகளாக, பங்குச்சந்தை குறிப்பிட்ட தினத்தில் எப்படித் துவங்கும். உயர்ந்தா, குறைந்தா என்பதை ஓரளவிற்குக் கோடு போட்டுக் காட்டுபவையாக இருப்பவை அமெரிக்க மற்றும் ஆசியப் பங்குச்சந்தையின் நிலவரங்கள். அன்றைய தினத்தில் பங்குச்சந்தை மதியம் எந்தத் திசையில் நகரும், எப்படி முடிவடையலாம் என்பனவற்றை ஐரோப்பியப்

பங்குச்சந்தைகளின் போக்கு ஓரளவு தீர்மானிக்கிறது என்று சொல்லலாம். இந்தியப் பங்குச்சந்தைகளில் வர்த்தகம் தொடங்குவது காலை 9.15 மணிக்கு. அதற்கு முன்பாக (இந்திய நேரப்படி முதல் நாள் இரவு அமெரிக்கப் பங்குச்சந்தைகள் ஏற்றமாகவோ, இறக்கமாகவோ முடிவடைந்திருக்கும்.

இந்தியப் பங்குச்சந்தையில் வர்த்தகம் தொடங்குவதற்குச் சிலமணி நேரத்திற்கு முன்பாகத் தொடங்கும் ஆசியப் பங்குச்சந்தைகளின் போக்கில் முந்தைய நாள் இரவு அமெரிக்கச் சந்தைகளின் போக்கால் தாக்கம் ஏற்படும். அதற்குப் பிறகு தொடங்குகிற நம் பங்குச்சந்தையின் போக்கு அமெரிக்க மற்றும் ஆசியப் பங்குச்சந்தை நகர்தல்களைப் பொருத்து அமையும். ஆக, இவற்றை எல்லாம் பார்த்தாலே, நம் நாட்டு சென்செக்ஸும் நிப்ஃடியும் அன்றைய நாளில் எப்படி ஆரம்பிக்கும் என்பதைப் பெரும்பாலும் சொல்லிவிடலாம். சிலருக்கு ஆச்சரியமாக இருக்கலாம். இந்தியப் பங்குச்சந்தை உயர்வதற்கும், ஏனைய பங்குச்சந்தைகளுக்கும் என்ன தொடர்பு என்று.

பல தொடர்புகள் இருக்கின்றன. அவற்றில் முக்கியமான இரண்டு தொடர்புகள். ஒன்று ஏனைய நாடுகளுடன் நமக்கு இருக்கும் ஏற்றுமதி இறக்குமதி வியாபார ஒப்பந்தங்கள், அந்த நாடுகளில் பரஸ்பரம் செய்திருக்கும் முதலீடுகள் போன்றவை. இரண்டாவது உலகின் எல்லா முக்கியமான பங்குச்சந்தைகளிலும் முதலீடு செய்கிற பெரிய முதலீட்டு நிறுவனங்களான பாரின் இன்ஸ்டிடூஷனல் இன்வெஸ்ட்டார்ஸ் (சுருக்கமாக FII).

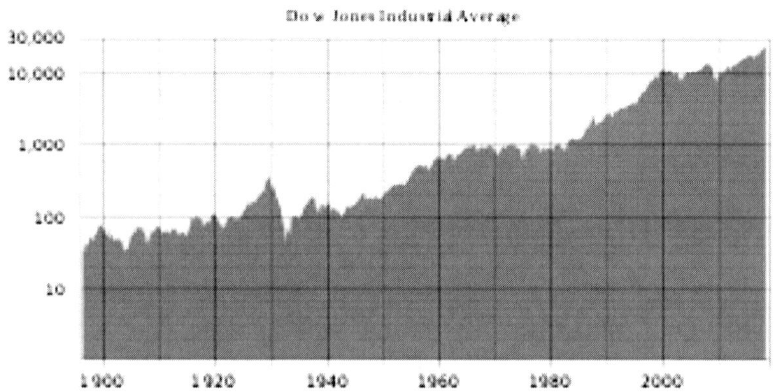

டவ் ஜோன்ஸ் குறியீட்டு எண் 2023 அக்டோபர் நான்காம் வாரம்

அமெரிக்காவின் டவ் ஜோன்ஸ் என்கிற குறியீட்டு எண். உலக அளவில் கவனிக்கப்படுகிற அமெரிக்காவின் (யு.எஸ்) முக்கிய குறியீட்டு எண். Dow Jones Industrial Average என்பது இதன் முழுப் பெயர். நம் நாட்டின் சென்செக்ஸ் போன்றது இது.

2023 அக்டோபரில் 30 ஆயிரத்துக்கு அருகில் இருக்கிறது. சென்செக்ஸ்சைப் போலவே இதுவும் 30 பங்குகளின் பட்டியல்தான். ஆனால் என்ன சுமார் 125 ஆண்டுகளுக்கு முன்னால் (1896ல்) தொடங்கப்பட்டது. நம்மூர் சென்செக்ஸ்சை (குறியீட்டு எண்ணையே) பங்குச்சந்தையில் வாங்கலாம் என்பது போல, இந்த அமெரிக்க டவ் ஜோன்ஸ் குறியீட்டு எண்ணையும் நமது தேசியப் பங்குச்சந்தையில் வாங்கலாம் விற்கலாம். மார்க்கெட் லாட் 25.

மும்பைப் பங்குச்சந்தைக்கு சென்செக்ஸ், தேசியப் பங்குச்சந்தைக்கு நிப்டி என்பதுபோல, டவ் ஜோன்ஸ் தவிர அமெரிக்காவில் மற்றொரு முக்கியப் பங்குச்சந்தைக் குறியீட்டு எண்ணும் உள்ளது. அது, நேஸ்டாக் 100 (Nasdaq 100).

நேஸ்டாக் 100 அமெரிக்காவின் நியூயார்க் ஸ்டாக் எக்ஸ்சேஞ்சின் குறியீட்டு எண்களில் ஒன்று, 100 நிறுவனப் பங்குகளைக் கொண்டுள்ள இந்தப் பட்டியலின் அம்சம் இதில் ஒரு பைனான்சியல் நிறுவனப் பங்கு கூடக் கிடையாது. மேலும் மற்ற நாடுகளில் இருக்கும் நிறுவனங்களின் பங்குகளும் (ஏ.டி.ஆர் வழியாக) இந்தப் பட்டியலில் உண்டு. நேஸ்டாக்

100ல் சேர்க்கப்பட்டுள்ள ஒரே இந்திய நிறுவனப் பங்கு இன்போசிஸ்தான்.

இந்தியப் பங்குச்சந்தைகள் தொடங்குவதற்கு முன்பாகப் பலரும் இந்த இரு குறியீட்டு எண்களும் முதல் நாள் இரவு என்ன ஆகியிருக்கிறது என்று கட்டாயம் ஒரு பார்வை பார்த்துக் கொள்கிறார்கள். மிக அதிகமாக உயர்ந்திருந்தாலோ இறங்கியிருந்தாலோ அதை ஒட்டி நமது சந்தையில் வர்த்தகத்தில் ஈடுபடுகிறார்கள்.

நாஸ்டாக் குறியீட்டு எண் 2023 அக்டோபர் நான்காம் வாரம்

எல்லாப் பங்குச்சந்தை தொடர்பான இணையத் தளங்களையும் பார்த்து இவற்றின் நிலவரத்தைப் பற்றி எவரும் தெரிந்து கொள்ளலாம். சந்தை பற்றிய தகவல்களைத் தருகிற தொலைக்காட்சி நிகழ்ச்சிகளிலும் டவ் மற்றும் நேஸ்டேக் நிலவரம் பற்றிச் சொல்லுகிறார்கள். அமெரிக்கப் பங்குச்சந்தை தவிர உலகின் இரு முக்கிய பங்குச்சந்தைகள் சீனா மற்றும் ஜப்பானியப் பங்குச்சந்தைகள். இவற்றின் தாக்கமும் இந்தியப் பங்குச்சந்தைகளில் எதிரொலிக்கும்.

ஷாங்கை காம்போசிட் இன்டெக்ஸ்தான் சீனப் பங்குச்சந்தையின் முக்கிய குறியீட்டு எண். இந்தக் குறியீட்டு எண்ணின் பட்டியலில் இருக்கும் நிறுவனங்களின் எண்ணிக்கை 872.

ஜப்பானின் டோக்கியோ ஸ்டாக் எக்ஸ்சேஞ்சின் குறியீட்டு எண் நிக்கி 225. ஆமாம் 225 பங்குகளின் பட்டியல் இது,

1989ல் 38 ஆயிரம் என்ற உச்சத்தைத் தொட்ட நிக்கி 225, அதன் பிறகு தொடர்ந்து இறங்கிக் கொண்டே வருகிறது. 2023 அக்டோபரில் 31,269 என்கிற அளவில் இருக்கிறது. இவை தவிர, ஹாங்காங்கின், ஹேங் செங் இன்டெக்ஸ், சிங்கப்பூரின் ஸ்டிரெயிட்ஸ் டைம்ஸ் இன்டெக்ஸ் (STI) *ஆகியவற்றின் நிலைகளையும் வர்த்தகர்கள் ஒரு பார்வை பார்த்துக் கொள்வது உண்டு.*

இதையெல்லாம் பார்த்து இங்கே என்ன நடக்கும் என்று கணக்குப் போடுவது கொஞ்சம் சிரமமான வேலை ஆயிற்றே என்று நினைப்பவர்களா நீங்கள்? அப்படியென்றால் நீங்கள் சிங்கப்பூர் ஸ்டாக் எக்ஸ்சேஞ்சில் பட்டியலிடப்பட்டு, வர்த்தகம் ஆகும் நம் நாட்டு நிப்டியைப் பார்க்கலாம். நம் பங்குச்சந்தைகள் தொடங்கப்படுவதற்குச் சில மணி நேரத்திற்கு முன்பாக வர்த்தகம் ஆரம்பிக்கும் சிங்கப்பூர் பங்குச்சந்தையைக் காலையில் 9 மணி பத்து நிமிட வாக்கில் ஒரு பார்வை பார்த்துக் கொள்ளலாம்.

GIFT Nifty *(அங்கே வர்த்தகம் நடக்கும் நிப்டிக்கு அதுதான் பெயர்.* SGX *என்பது இனிஷியல் போல). அது உயர்ந்திருக்கிறதா? அல்லது இறங்கியிருக்கிறதா? எவ்வளவு? இதை இணையத்தில் பார்க்கலாம். மற்றவை எப்படியோ, நிப்டியின் தொடக்கம் கண்டிப்பாக* GIFT Nifty, *நிப்டியை ஒட்டியே இருக்கும்.*

அங்கே அமெரிக்கத் தென்னை மரத்தில் தேள் கொட்டினால், இங்கே இந்தியப் பனைமரத்தில் நெறி கட்டுகிறது. அவர்கள் ரெசிஷன் மழையில் நனைந்தால், இந்திய நிறுவனங்களுக்குச் சளி பிடிக்கிறது. உலகம் சுருங்கி விட்டது, மொத்த உலகமும் ஒரு கிராமம் அளவுதான் என்றெல்லாம் சொல்லுவது எவற்றுக்குப் பொருந்துகிறதோ இல்லையோ, பங்குச்சந்தைகளுக்கு நன்றாகவே பொருந்துகிறது. நமது பங்குச்சந்தையில் வடக்கே போவதற்கு (விலைகள் உயர்ந்து லாபம் அடைவதற்கு), சிக்னலில் கிராஸ் செய்யும் போது, வலப்பக்கமும் (மேற்கே அமெரிக்க ஐரோப்பியப் பங்குச்சந்தைகளையும்) இடப்பக்கமும் (கிழக்கே ஜப்பான் சீனா) பார்த்துவிட்டே கவனமாகப் போகவேண்டும் என்பது இன்றைய நிலை.

நாடு	கரன்சி	அக்டோபர் 2023
டென்மார்க்	குரோனே (DKK)	மதிப்பு (INR) 11.77

10. பிரித்துப் போடு

இப்ப தங்கம் வாங்கலாமா?

இந்தக் கேள்வியைக் கேட்காதவர்கள் குறைவு. வெளியே கேட்காவிட்டாலும், மனதிற்குள்ளாவது நிறையப் பேர் கேட்டுக் கொண்டுதான் இருப்பார்கள். தங்கம் பற்றி மட்டுமல்ல.

'வெள்ளி என்ன இப்படி விலை ஏறிக்கொண்டே போகுது, வாங்காமல் விட்டாயிற்றே. இனி விலை குறையுமா? குறையாதா?'

'ஏன் சார், எப்பவுமே இடம் வாங்கிப் போடுறதுதானே பெஸ்ட்? ரியல் எஸ்டேட்டில் போடலாமா?'

'பேசாம மியூட்சுவல் ஃபண்டுகளில் போட்டா என்ன?'

'திரும்பவும் ஷேர் மார்க்கெட் ஏற ஆரம்பிடுச்சே, இறங்கிடலாமா?'

மேலே பார்த்தவை போன்று, பிக்ஸட் டெபாசிட், பாண்டுகள், இன்சூரன்ஸ், யூலிப், கமாடிட்டீஸ் என்று ஏகப்பட்டவை மக்களைச் சுற்றுகின்றன. எதை எடுப்பது, எதை விடுவது? எதிலிருந்து எடுத்து வேறு எதில் போடுவது? இந்தக் கேள்விகளுக்கெல்லாம் என்ன பதில்?

ஒரு வார்த்தை, ஒரு வரி பதில்கள் மட்டுமில்லை, எல்லோருக்கும் பொருந்தக்கூடிய ஒரே பதிலும் இதில் சாத்தியமில்லை. சிரமப்பட்டுச் சம்பாதித்த, சிறுகச் சிறுகச் சேர்த்து வைத்த பணத்தை முதலீடு செய்யும் முடிவை எப்படி நொடிப்பொழுதில் அலட்சியமாக

எடுக்க முடியும். எல்லோருக்கும் ஏற்ற ஒரே பதிலை எப்படிச் சொல்ல முடியும். ஒருவர் வாழ்க்கையில் என்ன செய்யலாம் என்பதை முடிவு செய்ய எவ்வளவு தகவல்கள் தேவைப்படும்.

வாழ்க்கையில் நான் வேலை செய்து பிழைக்கப் போகிறேனா? தொழில் வியாபாரம் தொடங்கிப் பணக்காரனாகப் போகிறேனா? எனக்குப் பிடித்த படைப்புத் துறையில் ஈடுபடப் போகிறேனா? அல்லது நான் இறங்கப் போகும் துறை கலையா, இலக்கியமா, சங்கீதமா, விளையாட்டா, அரசியலா, ஆராய்ச்சியா, ஆசிரியப்பணியா, ராணுவமா, சட்டமா, கலைத்துறையா, பத்திரிக்கை அல்லது வேறு ஊடகத்துறையா?

என் தற்போதைய நிலை என்ன? எனது வயது, வருமானம், சொத்துக்களின் மதிப்பு, எனக்கு இருக்கும் பொறுப்புகள், கடமைகள், எனது உடல்நலம், போன்றவை எப்படிப்பட்டவை? இப்படிப் பலவற்றையும் வைத்துத்தான் அதை முடிவு செய்ய முடியும். பணத்தை முதலீடு செய்வது, ஆசையை மட்டும் வைத்து முடிவு செய்யப்பட வேண்டிய விஷயம் இல்லை.

அசெட் அலோகேஷன் (Asset allocation) செய்ய வேண்டும். அசெட் அலோகேஷன் என்றால், எந்த முதலீட்டில் எவ்வளவு முதலீடு செய்வது என்று ஆராய்ந்து முடிவு செய்வது. முன்பெல்லாம் சொத்து என்றால் நிலம், வீடு, இடம், தங்கம் அவ்வளவுதான். முதலுக்கு மோசம் வராத திடமான (பார்க்கக் கூடிய தொடக்கூடிய புரிந்து கொள்ளத்தக்க) பிசிக்கல் அசெட்கள் இவை. தற்சமயம் நம் நாட்டிலும் பைனான்சியல் அசெட்ஸ் எனப்படும் கண்ணால் பார்க்க முடியாத, தொடமுடியாத பேப்பர் சொத்துக்கள் ஏகப்பட்டவை வந்துவிட்டன. வங்கி டெபாசிட்டுகள், இன்சூரன்ஸ் ஆகியவைகூட வகையைச் சேர்ந்தவைதான்.

சொத்துக்கள் என்றால் அவை, ஒன்று, வாங்கிப் போடும் இடங்களைப் போல, தங்கம் வெள்ளி போல, காலப்போக்கில் அவற்றின் மதிப்பு உயர வேண்டும். வங்கி முதலீடும் அப்படிப்பட்டதுதான். டெபாசிட்டுகள், வீட்டு வாடகை போல அவை வருமானம் தரவேண்டும். Income or Capital appreciation or both என்று ஏதாவது கிடைக்க வேண்டும்.

மேல் வருமானம் அல்லது மதிப்பு உயர்வு வேண்டித்தான் கையில் இருக்கும் பணத்தை மக்கள் போடுகிறார்கள். வருமானம் கொஞ்சம் குறையலாம். மதிப்பு எதிர்பார்த்த

அளவு உயராமலும் போகலாம். அதெல்லாம் பரவாயில்லை. ஆனால் போட்ட முதலுக்கு மோசம் வந்துவிடக் கூடாது. காலம்தோறும், தேக்கு மரம் 36% வட்டி + தங்கக் காசு, ஈமு கோழிகள் என்று வெவ்வேறு வடிவங்களில் ஏதாவது ஒன்று வந்து போட்ட முதலை அப்படியே அள்ளிக்கொண்டு போய்விடுகிறது. ஆகவே நல்ல முதலீடு என்றால் பெருத்த வருமான வாய்ப்பிருப்பதோ அல்லது மதிப்பு உயரக்கூடிய வாய்ப்பிருப்பதோ மட்டுமில்லை. அவற்றையெல்லாம் விட முக்கியமாக, போட்ட பணம், முதல் பத்திரமாக இருக்க வேண்டும்.

இவைபோக, நல்ல முதலுக்கு மற்றுமொரு குணாதிசயமும் உண்டு. அது, முதலீடு செய்தவருக்குப் பணம் தேவைப்படும் நேரம், முதலீட்டை விற்றுப் பணமாக்கக் கூடிய வாய்ப்பு இருப்பது. நிலம், இடம், வீடு, வங்கி வைப்புகள், தங்கம், வெள்ளி, இன்சூரன்ஸ், ஷேர்கள், பரஸ்பர நிதிகள் போன்ற எதில் முதலீடு செய்வதென்றாலும், அவை வருமானம் என்ன தரும்? செய்யும் முதலீட்டின் மதிப்பு உயருமா? அது பாதுகாப்பானதா? அவசரம் அவசியம் என்றால் விற்க முடியுமா? இந்த மூன்று கண்ணாடிகள் வழியாகக் கண்டிப்பாக ஆராய்ந்து பார்க்க வேண்டும்.

ஏற்கனவே கணிசமாக அளவு தங்கம் வாங்கி வைத்திருப்பவர், விலை ஏறப் போகிறது என்று தெரிந்தாலும் மேலும் தங்கத்தில் முதலீடு செய்யாமல் இருக்கலாம். ஏன் திரும்பத் திரும்ப ஒரு வகைச் சொத்திலேயே முதலீடு செய்ய வேண்டும்? உலக அளவில் ஏதாவது நடந்து தங்கம் விலை இறங்கினால் என்ன ஆவது. தங்கத்திற்கு மட்டுமல்ல இந்த அளவீடு, எல்லா முதலீடுகளுக்கும் பொருந்தும். என்னதான் பிரமாதமாக வரும் என்றாலும், குறிப்பிட்ட அளவிற்கு மேல் பங்குகளில் முதலீடு செய்ய வேண்டாம். அதேபோல பாதுகாப்பு என்று கிடைக்கிற எல்லாப் பணத்தையும் ஒரேயடியாக எப்.டிக்களிலும் போட வேண்டாம்.

சரிவிகித உணவு என்பது போல, எல்லாவற்றிலும் பிரித்துப் போடுவது என்பதுதான் அஸெட் அலோகேஷன். வருமானம் வருகிறவற்றில் கொஞ்சம், முதல் பெருகக் கூடியவற்றில் ஓரளவு, தங்கத்தில் ஓரளவு, பின் கொஞ்சம் பரஸ்பர நிதிகளிலோ, பங்குகளிலோ அவரவர் வருமானம், சொத்து மதிப்பு, தாங்கு சக்தி (பொருளாதார தாங்கு சக்தி மற்றும் மனசு

தாங்கும் சக்தி), முதலீடு செய்யும் பணம் தேவைப்படக்கூடிய நேரம் ஆகியவற்றைப் பொருத்து, எதில் எவ்வளவு முதலீடு செய்யலாம் என்கிற முடிவுகள் எடுக்கப்படவேண்டும்.

தவிர, அவரவர் நிலைமையைப் பொறுத்து, பல்வேறு முதலீடுகளின் முக்கியத்துவமும், முன்னுரிமையும் மாற வேண்டும். உதாரணத்திற்கு, ஓரளவே வசதி இருப்பவர்கள், மாத வருமானத்தை நம்பி இருப்பவர்கள், முதலில் இன்சூரன்ஸ், பின் ஓரளவு பிக்ஸெட் டெபாசிட், அதன் பிறகு இடங்கள், பின் வீடு, தங்கம் என முதலீடு செய்யலாம் அதன் பின் பங்குகள் மீது முதலீடு செய்யலாம். நம் நிலைமைக்கு ஏற்பப் பிரித்து, சிந்தித்து முதலீடு செய்யவேண்டும் அவ்வளவுதான்.

நாடு	கரன்சி	அக்டோபர் 2023
சீனா	யுவான் (CNY)	மதிப்பு (INR) 11.45

11. பதினொரு வயதில் பங்குச்சந்தை முதலீடு

பிரித்துப் போடுவது, ஜாக்கிரதையாக இருப்பது எல்லாம் சரிதான். ஆனாலும் துள்ளுகிற பங்குச்சந்தையைப் பார்த்துக் கொண்டு சும்மா இருக்க முடியுமா? பெரிய வாய்ப்பு தருகிற பங்குச்சந்தையை விட்டு ஒதுங்கியிருக்கப் பலரால் முடிவதில்லை. சனியைப் போலக் கெடுப்பவனும் இல்லை, அள்ளிக் கொடுப்பவனும் இல்லை என்பார்கள். பங்குச்சந்தையும் அப்படிப்பட்டதுதான்.

வேறு எந்த முதலீட்டைக் காட்டிலும் சடுதியில் மிகப்பெரிய அளவில் பணம் பண்ணப் பங்குச்சந்தையை விட்டால் வேறு இடமில்லை என்பது உண்மைதான்.

உதாரணத்திற்கு ஆர் இ சி நிறுவனத்தின் 10 ரூபாய் முகமதிப்பு உள்ள பங்கு விலை, மே, 2020ல் 64 ரூபாய்.

மூன்று ஆண்டுகளுக்கு பிறகு அதன் விலை 275 க்கும் மேல். 2020ல் ஒருவர் ரூபாய் 70க்கு வாங்கினார் என்றே

வைத்துக்கொள்வோம். 100 பங்குகளுக்கு முதலீடு ரூபாய் 7000. அக்டோபர் 2023ல் அதன் விலை பங்கு ஒன்றுக்கு ரூ.275. நூறு பங்குகளுக்கு ரூபாய் 27500. போட்ட முதல் போக, ரூபாய் 20500 மீதம். மூன்றே ஆண்டுகளில் மூன்று மடங்குக்கு மேல் லாபம்.

ஆர் இ சி மட்டுமில்லை. இப்படிப்பட்ட மல்டி பேகர்கள் (அள்ளித்தரும் பங்குகள் பல மடங்குகளாக லாபம் பெருகும் பங்குகள்) பங்குச்சந்தையில் இன்னும் சில உண்டு.

பிஎச்இஎல் (BHEL) என்று ஒரு பங்கு, அக்டோபர் 2020ல் 29 ரூபாய்.

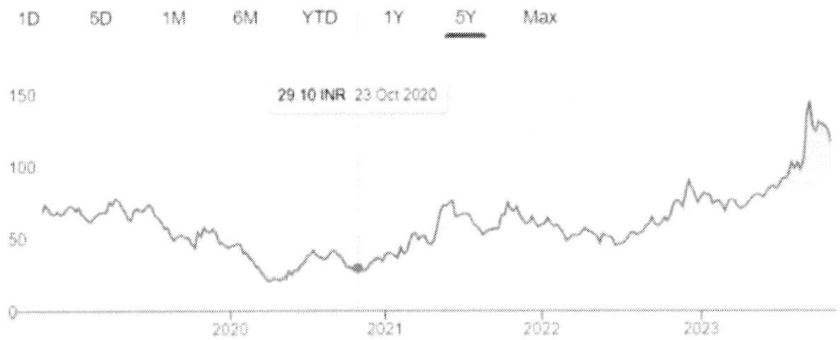

அதே ஆண்டில் அந்தப் பங்குக்குக் கிடைத்த குறைந்த விலை, ரூபாய் 24. ஒருவர் 30 க்கு இதை வாங்கியதாக வைத்துக் கொள்வோம். மூன்று ஆண்டுகளுக்குப் பிறகு அந்த 5 ரூபாய் முகமதிப்புள்ள பங்கின் சந்தை விலை ரூபாய் 125. கிட்டத்தட்ட 4 மடங்கு. இதுவும் ஒரு மல்டி பேகர் பங்கு. இதெல்லாம் அள்ளிக் கொடுத்தவை. இதற்கு எதிர்வகையும் நிறைய உண்டு.

2022 டிசம்பர் மாதம் அதானி டோட்டல் கேஸ் விலை ரூ. 3695. அக்டோபர் 2023 ல் அதன் விலை ரூபாய் 552.

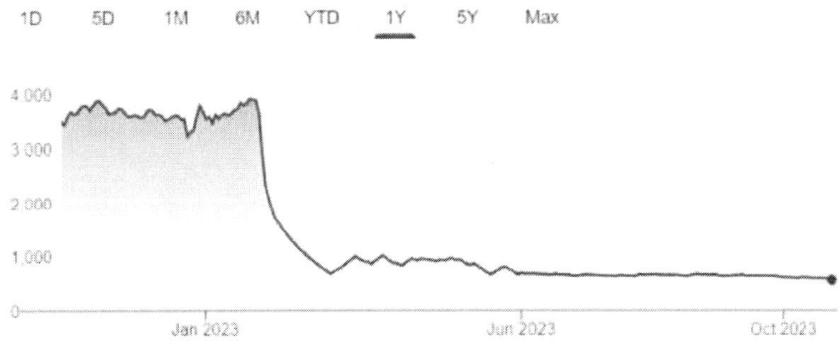

நூறு பங்குகளை 3 லட்சத்து 69 ஆயிரத்திற்கு ஒருவர் வாங்கியிருந்தால், பத்து மாதங்களில் அந்த முதலீட்டின் மதிப்பு ரூபாய் 55 ஆயிரம்தான். ரூபாய்க்கு 87 காசு நட்டம்.

அதே போல பரோடா ரயான் பங்குகளும்.

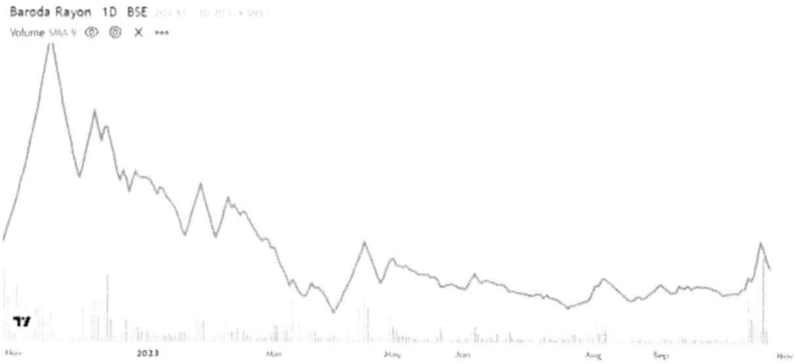

ஆக, கடவுள் பாதி மிருகம் பாதி கலந்து செய்தது பங்குச்சந்தை. அள்ளியும் கொடுக்கும். சில சமயம் கவிழ்த்து விடவும் செய்யும். இப்படிப்பட்ட பங்குச்சந்தையில் இறங்கி அடிபடாமல் பணம் பண்ண முடியுமா? அதற்கு வழிகள் ஏதும் இருக்கிறதா? விபரம் தெரிந்தவர்கள் சொல்லுவதென்ன?

'ஷேர் மார்க்கெட் என்பது சுறுசுறுப்பாய் இருப்பவர்களிடமிருந்து அதிகம் செயல்படாமல் இருப்பவர்களிடம் பணத்தை இடம் மாற்றும் சந்தை.'

அதெப்படி சுறுசுறுப்பு நஷ்டத்தையும், அதிகம் செயல்படாமை லாபத்தையும் தரமுடியும்?

உங்கள் சந்தேகம் சரிதான். ஆனாலும் ஒப்புக் கொள்ளத்தான் வேண்டும். காரணம், சொன்னவர் பெயர் 'வாரென்பபெஃட்' (Warren Buffett).

ஷேர் மார்க்கெட் பற்றி அவர் எதைச் சொன்னாலும் கேள்வி கேட்காமல் ஒப்புக் கொள்ளத்தான் வேண்டும். காரணம், அவர் பங்குச்சந்தையில் அவ்வளவு சம்பாதித்திருக்கிறார். 2008ம் ஆண்டு உலகின் நெ.1 பணக்காரர். 2023ல் அவரது சொத்து மதிப்பு 117 பில்லியன் அமெரிக்க டாலர். சுமார் 9 லட்சம் கோடி ரூபாய்.

எல்லாம் பங்குகளில் முதலீடு செய்து சம்பாதித்துதான். இன்றைக்கும் அவர் ராஜாதான். அவர் சொன்னதெல்லாம்

சரியாக இருக்கிறது. தொட்டதெல்லாம் பொன்னாகிறது. பங்குகளில் முதன்முதலாக முதலீடு செய்தபோது அவருக்குப் பதின்பருவம். பதினொரு வயதுதான். அவர் சொல்லும் வழி, புரிந்து கொள்ளச் சுலபமானது. செய்வதற்குத்தான் மனத் தைரியம் வேண்டும். அது என்ன வழி?

'தேடு, கண்டுபிடி, ஆராய்ந்துபார், வாங்கு, (காலத்துக்கும்) உட்கார்)'. அவ்வளவுதான்.

வாரன் பப்பெட்டின் ஷேர் மார்க்கெட் பொன்மொழிகள்

- மிகப் பெரிய விலைக்குத்தான் விற்கவேண்டும் என்பதில்லை. வாங்குவதை மிகக் குறைந்த விலையில் வாங்கினால் போதும். லாபம் நிச்சயம்.
- முட்டாள்கள் நடத்தினால் கூட லாபம் வரும் நிறுவனப் பங்குகளைத்தான் நான் வாங்குவேன். காரணம், பின்னால் அப்படிப்பட்டவர்களும கூட அந்த நிறுவனங்களை நடத்த நேரிடலாம்.
- பாதுகாப்பான முதலீடு எப்படி இருக்க வேண்டும் தெரியுமா? 30 ஆயிரம் கிலோ தாங்கக் கூடிய பாலம் கட்டி, அதில் 10 ஆயிரம் கிலோ எடையுள்ள வண்டியை ஓட்டுவது.
- பிள்ளைகளுக்கு எவ்வளவு தெரியுமா பணம் விட்டு வைக்க வேண்டும்? அவர்கள் எதை வேண்டுமானாலும் செய்யலாம் என்கிற அளவுக்கு. அவர்கள் எதையுமே செய்யவேண்டாம் என்கிற அளவுக்கு அல்ல.
- நீங்கள் பங்குகளில் முதலீட்டாளர் என்றால், நிறுவனம் என்ன செய்யும் என்று கவனிப்பீர்கள். நீங்கள் ஊக

வணிகம் (ஸ்பெக்குலேட்டர்) என்றால், பங்கு விலை என்ன ஆகும் என்று கவனிப்பீர்கள். இரண்டாவது நமது வேலை அல்ல.

- நாம் எதையாவது செய்ய வேண்டும் என்று அவசியமில்லை. அதற்காக நமக்குச் சம்பளம் தரப்படுவதில்லை. சரியாக நடந்து கொள்ளவே நமக்குச் சம்பளம். காத்திருக்க வேண்டி வந்தால் காத்திருப்போம். எவ்வளவு காலம் ஆனாலும்.
- நாம் நமக்குத் தெரியத் தொழில் சார்ந்த நிறுவனப் பங்குகளை மட்டுமே வாங்குகிறோம். அதனால் நாம் பெரிய லாப வாய்ப்புகளை இழக்கலாம். அதனால் பரவாயில்லை. போகட்டும். நீண்ட காலத்தில் நாம் செய்வது சரியானது என்று தெரியவரும்.
- பரப்பரப்பாக இருக்கும் நேரம் மிக அதிக விலை கொடுத்து நல்ல நிறுவனப்பங்குகளையே வாங்கினாலும் கூட, அந்தப் பங்குகள் நாம் வாங்கிய விலைக்குத் தகுந்த நிலையை அடைய, அதிகக் காலம் ஆகலாம். நாம் காத்திருக்க வேண்டியும் வரலாம்.
- வருகிற எல்லாப் பந்துகளையும் அடித்து ஆடவேண்டும் என்பதில்லை. நீங்கள் மணி மேனேஜர் என்றால், சுற்றி இருப்பவர்கள் “அடி, அடி வெளுத்து வாங்கு” என்று கத்துவார்கள். ஆனால் சரியான பந்திற்காக நீங்கள் காத்திருக்க வேண்டியது அவசியம்.

நாடு	கரன்சி	அக்டோபர் 2023
உக்ரைன்	ஹரைவ்னியா (UAH)	மதிப்பு (INR) 2.29

12. நிதானம்

பரபரப்பாக இருக்கும் அதே சமயம் எதையும் பெரிதாகச் சாதிக்காதவர்களைப் பற்றி ஒரே வரியில் இப்படிச் சொல்லுவார்கள் 'Lots of activities, a few accomplishments' என்று. ஏகப்பட்ட செயல்கள் செய்யும் அவர்கள். மிகக்குறைவான சாதனைகளே செய்திருப்பார்கள் என்பதுதான் அவர்களைப் பற்றிய விவரணை.

"நான் பத்து வருஷமா ஷேர் மார்க்கெட்டில் இருக்கேன்", "நான் இருபது வருஷமா ஷேர் செய்கிறேன். எனக்கு எல்லாம் தெரியும் என்று சொல்லுவார்கள். தினசரி சாப்பாடு கட்டிக் கொண்டு வேலைக்குப் போவதுபோல் கர்மசிரத்தையாகக் காலையில் பஸ் பிடித்து, பங்குத் தரகர் அலுவலகங்களுக்கு வரும் டெய்லி டிரேடர்கள் பலரைப் பார்க்கலாம். சந்தை தொடங்கிய நேரம் முதல் முடியும் வரை, தரகர் அலுவலகத்திலேயே இருப்பார்கள். அங்குத் தொலைக்காட்சித் திரையில் ஓடும் பங்குச்சந்தை நிபுணர்கள் சொல்லுகிற எதை வாங்கலாம், எதை விற்கலாம் நிகழ்ச்சியை விடாமல் பார்ப்பார்கள். உடனுக்குடன் அங்கிருந்து ஆர்டர் போட்டு, பங்குகளை வாங்குவதும் விற்பதுமாக இருப்பார்கள்.

இன்ட்ரா டே செய்கிறேன் என்பார்கள். மாதக் கடைசியில் லாப நஷ்டக்கணக்குப் பார்த்தால், இரண்டாவதுதான் முந்தும். அசர மாட்டார்கள். அவ்வளவு ஏன்? அந்தக் கணக்கை முழுதுமாகக் கூடப் பார்க்க மாட்டார்கள். விட்டதைப் பிடிப்பேன் என்று வாங்கி விற்பதைத் தொடருவார்கள். அவர்கள் அதிர்ஷ்டம் இடையில் ஒன்றிரண்டு வர்த்தகங்கள் சரியாக வந்துவிடும். சின்ன லாபங்கள் கிடைக்கும். அது போதும் அவர்களுக்கு.

முந்தைய அத்தியாயம் ஒன்றில் பார்த்த பங்கு வர்த்தகம் தொடர்பான அத்தனை வரிகளும் அவர்கள் கணக்கிலிருந்து போயிருக்கும். தரகர் கமிஷனும் கொடுத்திருப்பார்கள். இவர்கள்தான் முதல் பத்தியில் பார்த்த, ஏகப்பட்ட செயல்கள் செய்து ஏதும் சம்பாதிக்காதவர்கள். இவர்களிடம் இருக்கிற பணம்தான் வெளியேறுகிறது என்கிறார் வாரன் பஃபெட். நகர்த்தப்படுகிறது.

சரி இப்படிச் செய்கிறவர்களில் பெரும்பாலானவர்கள் பணம் பண்ணுவதில்லை. இழக்கிறார்கள். ஒருவர் நஷ்டம் மற்றொருவருக்கு லாபமாக இருக்க வேண்டும் அல்லவா? அப்படியானால் பங்குச்சந்தையில் லாபம் பார்ப்பவர்கள் யார்?

அடிக்கடி பங்கு வர்த்தகம் செய்பவர்களிடமிருந்து, சரியான சில நேரங்களில் மட்டும் வாங்குவதோ விற்பதோ செய்கிறவர்களிடம் பணம் போகிறது என்கிறாரே பஃபெட், அவர்கள்தான் லாபம் அடைகிறவர்கள்.

ஒரு மாதமாகத்தானே பங்குச்சந்தை இவ்வளவு உயர்ந்திருக்கிறது. அதற்கும் சில மாதங்களுக்கு முன் சந்தை டல் அடித்துக் கொண்டிருந்த நேரம், வழக்கமாகச் சந்தையில் நன்றாகப் பணம் பண்ணும் ஒருவரைச் சந்தித்தேன்.

“என்ன மார்க்கெட் எப்படி இருக்கிறது? நீங்கள் என்ன செய்கிறீர்கள்?” என்று கேட்டேன். அவர் “சிறுகச் சிறுக ஆக்ஸிஸ் மற்றும் KVB வங்கிப்பங்குகளை வாங்கிக் கொண்டிருக்கிறேன்” என்றார். இதை அக்குமுலேட்டிங் என்பார்கள். சேகரிப்பது, சேர்ப்பது, சேமிப்பது என்பார்கள். அவர் என்னிடம் சொன்ன நேரம் அந்தப் பங்குகளின் விலைகள் இப்போதைய விலைகளை விடப் பத்துப் பதினைந்து சதவிகிதம் குறைவான இருந்தன. அதற்கு முன்பும் கூட அவர் அதே பங்குகளை மேலும் குறைந்த விலைகளில், சிறிய அளவுகளில் வாங்கியிருக்கிறார். இப்போது சடாரென்று (மத்திய அரசின் சில அறிவிப்புகளுக்குப் பிறகு) விலை உயர்ந்துவிட்டதே, அவர் வாங்கிய பங்குகளை விற்றிருப்பாரா என்றால், ஊஹூம், அவர் நீண்ட கால முதலீட்டாளர். கணிசமான லாபம் பார்க்காமல் விற்க மாட்டார். அல்லது அவரது பணத்தேவைக்குத்தான் விற்பார்.

இப்படிப்பட்டவர்கள்தான் சந்தையில் லாபம் பார்க்கிறார்கள். இவர்கள் போடுகிற பணம் பெருகி லாபம் வருகிறது என்பது தவிர, இந்த நிறுவனங்கள் கொடுக்கிற டிவிடெண்ட்

மொத்தத்துக்கும் வருமான வரி கிடையாது. அதுபோக, இவர்கள் ஓராண்டுக்கு முன்பாக விற்காததால், விற்கும்போது கிடைக்கும் லாபத்துக்கும் கேப்பிடல் கெயின்ஸ் டேக்ஸூம் கட்ட வேண்டியதில்லை. ஆனால், நாம் முன்பு பார்த்த 'வாங்கி விற்றுக் கொண்டிருப்பவர்கள்' லாபம் செய்தால் அதற்கு வரி, வாங்கி டிவிடெண்டுக்கு உரிமை பெறும் குறிப்பிட்ட காலத்தில் (புக் குளோஷர்) வைத்திராதவர்களுக்கு டிவிடெண்டு கிடையாது.

வாரன் பஃபெட் முறை இதுதான். நன்றாக ஆராய்வது. நிறுவனம் என்ன செய்கிறது? எவ்வளவு லாபம் ஈட்டுகிறது. அதன் தொழில் என்ன, விற்கும் பொருள் என்ன? அதற்கு என்ன எதிர்காலம் இருக்கிறது? அதன் போட்டியாளர்கள் யார்? இந்த நிறுவனம் கடந்த சில ஆண்டுகளில் எப்படிச் செயல்பட்டு வந்திருக்கிறது? இப்படிப் பல அடிப்படையான விஷயங்களைப் பார்ப்பார். உடனே வாங்கிவிட மாட்டார். சந்தை சூடாக இருக்கிறதா? எல்லோரும் பரபரப்பாகப் பங்குகளை வாங்குகிறார்களா? அவர் அமைதியாக, ஆனால் உன்னிப்பாகக் கவனித்துக் கொண்டிருப்பார். நிச்சய லாபம் செய்வதற்கான வழிகளாக அவர் சொன்ன சிலவற்றைத்தான் சென்ற அத்தியாயாத்தில் பார்த்தோம்.

பங்குச்சந்தையில் பணம் பண்ண எதையாவது தினம் அல்லது அடிக்கடி வாங்கவோ விற்கவோதான் வேண்டும் என்பதில்லை. ஆராய்ந்து குறைந்த விலை வரும்போது வாங்குவது. எது குறைந்த விலை என்று நிச்சயமாகத் தெரியாததால் விலை குறைகிற போதெல்லாம் சிறுகச் சிறுக வாங்குவது (அக்குமுலேட்டிங்), சுற்றியிருப்பவர்கள் 'இதை வாங்கு', 'அப்படி விற்றுவிடு' என்று சொல்வதை எல்லாம் கேட்டுக் கொண்டு எதையாவது செய்யாமல் இருப்பது.

சென்னையில் இடம் இடம் வாங்க வேண்டும் என்று சொன்னவருக்காகச் சில புரோக்கர்களைச் சந்தித்தேன். பரபரப்பாக இருந்தார். எங்கெங்கோ வாங்கி பிளாட் போட்டு விற்றிருக்கிறார். அவர் சில ஆண்டுகளுக்கு முன் வாங்கிய இடங்கள் எல்லாம் தற்போது மிகப் பிரமாதமாக வந்திருக்கின்றன. விலைகள் ஐந்து பத்து மடங்குகள் கூடியிருக்கின்றன. அவரிடம் விசாரித்ததில் இரண்டு விஷயங்கள் தெரிந்தது. ஒன்று, அவர் வாங்கி விற்றதுடன் சரி. அவருக்கு என்று எதையும் வைத்துக் கொள்ளவில்லை. குறிப்பிட்ட லாபம் வைத்து விற்றுவிட்டு அடுத்த அடுத்த

இடங்களை வாங்கியிருக்கிறார். அவற்றையும் குறிப்பிட்ட லாபத்திற்கு விற்றிருக்கிறார். அவர் மட்டும் அவர் வாங்கிய சில இடங்களை விற்காமல் இருந்திருந்தால், சில ஆண்டுகளாக அவர் இடம் வாங்கி விற்கு அடைந்த லாபத்தை விடச் சில மடங்குகள் கூடுதலாகவே சம்பாதித்திருப்பார். இதுவும் கூட ஏகப்பட்ட செயல்கள் மிகக்குறைவான சாதனைகள் வகையைச் சேர்ந்ததுதான். பங்குச்சந்தையில் பணம் செய்ய, பரபரப்போ ஆரவாரமோ வேண்டாம்.

கூட்டம் ஒன்றில் பேசி முடித்துவிட்டு இறங்கியபோது, புத்தகம் ஒன்றைக் கொடுத்து, பணம் செய்ய ஏதாவது ஒரு நிச்சய வழியை எழுதித் தாருங்கள் என்றார் ஒரு வாசகர். பணம் பண்ண ஒரு வார்த்தையில் வழியா, என்ன எழுதப்போகிறேன் என்று சுற்றி நின்றவர்களும் ஆவலுடன் எட்டிப் பார்த்தார்கள். பங்குச்சந்தையில் நிச்சயமாகப் பணம் பண்ணும் வழி என்று நான் எழுதிய அந்த ஒற்றைச் சொல்,

அதுதான் இந்த அத்தியாயத்தின் தலைப்பு.

நாடு	கரன்சி	அக்டோபர் 2023
மெக்ஸிகோ	பேசோ (MXN)	மதிப்பு (INR) 4.64

13. ஆட்டமா சூதாட்டமா?

அயல்நாட்டுக்குச் சுற்றுலா சென்றிருந்தபோது கேசினோ ஒன்றை வேடிக்கை பார்க்க அழைத்துப் போயிருந்தார்கள். கேசினோ என்பது அனுமதிக்கப்பட்ட விளையாட்டுகள் நடக்கும் இடம். அதில் யார் வேண்டுமானாலும் விளையாடலாம். ஆனால் அதில் விளையாடப் பணம் வேண்டும். ஜெயித்தால், கட்டியதைப் போலப் பல மடங்கு பணம் கொடுப்பார்கள். தோற்றால், வைத்த பணம் முழுவதையும் ஆட்டம் நடத்தும் கம்பெனி எடுத்துக் கொண்டு விடும். ஆமாம். வெறும் வேடிக்கை ஆட்டம் அல்ல அது. பணம் வைத்து விளையாடுகிற சூதாட்டம்.

உடன் வந்த நண்பருக்கு விளையாட ஆசை, சும்மா ஆடிப் பார்க்கிறேன் என்றார். வேண்டாம் என்றதற்குப் பத்து டாலர் மட்டும் வைத்து விளையாடிப் பார்க்கிறேன் என்றார். நமது நாட்டு ரூபாய்க் கணக்கில் சுமார் 625. அதை மட்டும் தனியாக எடுத்து வைத்துக் கொண்டார். அதற்குமேல் கண்டிப்பாக விளையாடமாட்டேன் என்றார்.

அவர் தேர்ந்தெடுத்தது, எளிமையான ஒரு விளையாட்டு. வளையத்தைச் சுற்றிவிடுவார்கள். பல சுற்றுக்கள் சுற்றி, ஓய்ந்து அதன் அம்பு வளையத்தின் விளிம்பில் எழுதியிருக்கும் ஏதாவது ஒரு எண் மீது நிற்கும். முள் வந்த எண் மீது நிற்கும் என்பதை முன்கூட்டிக் கணித்து மேசை மீது எழுதப்பட்டிருக்கும் பல்வேறு எண்களில், சரியாகப் பணத்தை வைத்தவர்களுக்குப் பல மடங்கு காசு கிடைக்கும். மற்ற எண்கள் மீது காசு கட்டியவர்களுக்கு ஒன்றுமில்லை. நண்பர்தான் விபரம் சொன்னார்.

"பல மடங்கு காசா? அப்படியென்றால்?"

"ஆடுகிற ஒவ்வொருவரும் இதுதான் வரும் என்று நினைத்து, ஏதோ ஒரு எண் மீது அவர்கள் காயினை வைப்பார்கள். சிலர் ஒன்றிரண்டு எண்களின் மீதும் பிரித்து வைக்கலாம். அவர்கள் வைக்கிற எண்கள் ஜெயித்தால் அவர்களுக்கு 36 மடங்கு வரை பணம் கிடைக்க வாய்ப்பு உண்டு."

"36 மடங்கா?"

"ஆமாம். 10 டாலர் வைத்தவர் ஜெயித்தால், 360 டாலர் அவருக்குக் கிடைக்கும்."

"வராவிட்டால்?"

"வைத்த 10 டாலர் மட்டும் போய்விடும்."

ஒரு ஆட்டம் முடிந்து, அடுத்த ஆட்டம் ஆரம்பமாக இருந்தது. நண்பர் கண்களில் ஆர்வம். பத்து டாலரை ஆடத்தக்க இரண்டு 'காயின்'களாக மாற்றிக் கொண்டார். ஒரு குறிப்பிட்ட இடத்தில் இரண்டு காயின்களையும் வைத்தார்.

"எங்கே வைத்திருக்கிறீர்கள்? என்ன நடக்கும்?"

"நான் இரட்டைப்படை எண் (ஈவன் நெ.) என்கிற கட்டத்தில் என் பணத்தை வைத்திருக்கிறேன். எந்த இரட்டைப்படை எண் மீது வளையத்தின் அம்பு நின்றாலும் எனக்குப் பணம் உண்டு."

"அட, அப்படியா?"

"ஆமாம், ஒன்றுக்கு ஒன்று, இரட்டைப்படை எண்தானே அதனால் நான் ஜெயிக்கிற சான்ஸ் அதிகம்."

"உண்மைதான். 50% சான்ஸ் இருக்கிறது. சரி, ஜெயித்தால் எவ்வளவு தருவார்கள்?"

"இரண்டு மடங்கு, அதாவது நான் வைத்திருப்பது 10 டாலர். எனக்கு 20 டாலர் கிடைக்கும்."

சக்கரம் சுற்ற ஆரம்பித்தது. டிக், டிக், டிக்கென நகர்ந்து, அட, அது நின்றது 24ல். இரட்டைப்படை எண் மீது. நண்பர் வைத்த 10 டாலர் தவிர, இன்னொரு பத்து டாலர் கொடுத்தார்கள். எங்கள் கூடவே நின்று கொண்டிருந்தவர் மனுஷன், கண நேரத்தில் 550 சம்பாதித்து விட்டாரே என்று தோன்றியது. கூட நின்றவர்கள், "ஜெயிச்சாசில்ல, பிறகென்ன, போகலாமா?" என்றார்கள். அவர் சற்று யோசனை செய்துவிட்டு இந்த முறை 20 டாலரையும் ஒன்றாக (நான்கு காயின்களாக), ஒற்றைப்படை எண் மீது வைத்தார் இருபது 40 ஆகிவிடும்.

அதோடு போய்விடலாம் என்றார். சக்கரம் சுற்றியது. நின்றது. மீண்டும் ஒரு இரட்டைப்படை எண். ஆட்டத்தை நடத்தியவர், நண்பர் வைத்த நான்கு காயின்களையும் சட்டென எடுத்து உள்ளே போட்டுக் கொண்டார்.

விளையாடிக் கொண்டிருந்த சிலர், பர்ஸுகளைத் திறந்து மேலும் பல டாலர் நோட்டுகளை எடுத்து காயின்களாக மாற்றிக் கொண்டிருந்தார்கள். நண்பரைக் கட்டாயப்படுத்தி வெளியே அழைத்து வந்தோம். நண்பர் இழந்தது 10 டாலர். அறைகளுக்கு வந்துவிட்டோம். நண்பர் அந்த 24 மணி நேர கேசினோவுக்கு மீண்டும் போயிருக்கிறார். அவர் அப்போது இழந்தது 150 டாலர் என்று காலையில் நண்பர்கள் சொல்லத் தெரிந்து கொண்டேன்.

'ஓரிரு முறை தவறாகும்தான். ஆனால், விட்டதைச் சுலபமாகப் பிடிக்க முடிவது தவிர, அதற்கு மேலும் சம்பாதிக்க முடியும்' என்று எண்ணிப் போயிருக்கிறார். அவர் கண்ணில் பட்டது ஒன்றே ஒன்றுதான். அது சுலபமாகப் பணம் செய்யும் வாய்ப்பு. ரிவார்ட். அவர் கண்ணில் படாதது, அல்லது அவர் உணரத் தவறியது. அதில் பொதிந்திருக்கும் பணம் இழக்கும் ஆபத்து, ரிஸ்க்.

பங்குச்சந்தைக்கும் கேசினோவுக்கும் கண்டிப்பாகச் சில வேறுபாடுகள் உண்டு. பங்குச்சந்தை கேசினோ போன்று சூதாட்டமல்ல. அதே சமயம் இரண்டுக்கும் இடையே சில ஒற்றுமைகளும் உண்டு. இன்றைக்கு எந்தப் பங்கு விலை உயரும் என்கிற எதிர்பார்ப்புக்கும், சுற்றும் வளையம் எந்த எண்ணில் நிற்கும் என்கிற கணிப்புக்கும் இடையே அதிக வித்தியாசம் இல்லை. வைக்கிற பணம் பங்குச்சந்தையில் ஒரே நேரத்தில் முழுமையாகப போகாது என்பது வேண்டுமானால் இரண்டுக்குமுள்ள வேற்றுமையாக இருக்கலாம். ஆனால், அதில் வைத்தால் சடுதியில் மிகப்பெரும் லாபம் கிடைக்கும் என்கிற ஆசை மற்றும் நாம் ஏதும் செய்யாமலேயே அதன் போக்கில், போட்ட பணத்தில் ஓரளவு உடனடியாகக் காணாமல் போகும் என்பதிலும் வேறுபாடு துளியும் கிடையாது.

உடனடிப் பணம், சுலபப் பணம், ஏதும் செய்யாமலேயே, ஏதும் தெரியாமலேயே பணம் கிடைக்கக் கூடிய வாய்ப்பு இருக்கிற எல்லாவற்றிலும் கூடவே பெரிதாக இழக்கிற ஆபத்தும் இருக்கவே செய்யும். பங்குச்சந்தை இதற்கு விதிவிலக்கல்ல. அங்கே ரிவார்ட் அதிகம்தான். ஆனால் பலரும் பார்க்கத் தவறுவது அதில் இருக்கும் ரிஸ்க்கை.

பங்குச்சந்தையில் பணம் பண்ண, அதில் இன்வெஸ்ட் செய்யவேண்டும். குழி பறித்து விதை ஊன்றி, காத்திருந்தால் பூப்பூத்துக் காய் காய்த்து, பழுக்கும். ஆனால் அது உடனடியாக நடக்காது. அதற்கு நேரமாகும். அதுதான் நிச்சய வழி என்றால் அதற்கான பொறுமை வேண்டும். எந்தத் தொழில்தான் உடனடியாக அள்ளிக் கொட்டுகிறது? இங்கே உடல் உழைப்புத் தேவையில்லை. மேற்பார்வை கண்காணிப்பு எல்லாம், நேரடியாகச் செய்யும் தொழில் வியாபாரத்திற்குத் தேவைப்படுவதுபோல அவ்வளவு தேவைப்படாது. ஆனால் கணிசமான பலனடைய நிச்சய பலனடைய நேரமாகும். இதை உணர்ந்து கொள்வது அவசியம்.

2003ம் ஆண்டு ரூபாய் 600 முதல் 1050 வரை விலை போன ITC நிறுவனப்பங்கு 2005ம் ஆண்டில் ஸ்டாக் ஸ்பிலிட் செய்யப்பட்டு ஒரு பங்கு பத்துப் பங்குகள் ஆனது. அப்படியென்றால் அதன் ஒரு பங்கு விலை ரூபாய் 60 முதல் 105 வரை என்று வைத்துக் கொள்ளலாம். அதன் தற்போதைய விலை ரூபாய் 300. 2005ல் ஒருமுறை 2 பங்குகளுக்கு ஒரு பங்கு வீதமும், 2010ல் ஒன்றுக்கு ஒன்று வீதமும் இலவசப் பங்குகள் கொடுத்திருக்கிறது ITC. அப்படியென்றால், 2003ல் வாங்கிய நூறு பங்குகள் 2005ல் 150ஆகவும், அதுவே 2010ல் 300 பங்குகளாகவும் மாறியிருக்கும். அடுத்து 2016ல் இரண்டுக்கு ஒன்று கொடுத்தார்கள். 300 பங்குகள் 450 ஆகிவிட்டன.

அதன் பின் ஐ டி ஹோட்டல் பங்குகளை ஒரு ஐ டி பங்கிற்கு 1 ஐ டி பங்குவீதம் இலவசமாக கொடுத்தார்கள்.

2023 ஐ டி சி பங்கு விலை 432 என்பது, 450 பங்குகளுக்கு ரூபாய் 192,400. தவிர 450 ஐ டி ஹோட்டல் பங்குகள் நவம்பர் 2024ல் தான் பட்டியலிடப்படும் என்று அறிவித்திருக்கிறார்கள். அதன் விலை மதிப்பு 160 வீதம் 72000. இரண்டும் சேர்த்து 2,64,400. இவைதவிர ஒவொரு ஆண்டும் டிவிடெண்ட் கொடுக்கிறார்கள்.

ஐ டி பங்கு ஒரு தொடர்ந்து காய்க்கும் மரம்.

பங்குச்சந்தை கேசினோ அல்ல, காமதேனு. சில பங்குகளால் தொடர்ந்து கொடுக்க முடியும். அப்படிப்பட்டவைற்றைக் கண்டறிந்து, வாங்கி, வளர்க்கக் கூட வேண்டாம். வைத்திருந்தாலே போதும். அதை வைத்த விளையாடக் கூடாது. மொத்தத்தில் நீண்ட கால முதலீட்டாளர்கள்தான் பங்குச்சந்தையில் ஜெயிக்கிறார்கள்.

நாடு	கரன்சி	அக்டோபர் 2023
தாய்லாந்து	பாத் (THB)	மதிப்பு (INR) 2.30

14. அளவிலா விளையாட்டு

நாடோடி மன்னன் திரைப்படம் என்று நினைக்கிறேன். எம்.ஜி.ஆர். காதலியிடம் சொல்லுவார். "கண்ணே, இரு கொஞ்சம் விளையாடிவிட்டு வருகிறேன்." அவர் விளையாட்டு என்று சொன்னது, வாளோடு காத்திருக்கும் வில்லனோடு சண்டை போடுவதை. சிரித்துக் கொண்டு ஸ்டைலாக, லாகவமாகக் கத்திச் சண்டை போட்டு 'வாத்தியார்' ஜெயிக்கவும் செய்வார். பங்குச்சந்தையில் விளையாடுவதற்கும் எம்.ஜி.ஆர் அளவு திறமை தேவை. சிலர் தங்களை எம்.ஜி.ஆர் என்று நினைத்துக் கொண்டு களம் இறங்குகிறார்கள். (அடிகள் கொடுப்பதற்கு முன்னால், மூன்று வரை அடிகள் அவர் வாங்குவார்), பின் பாவம், கதிகலங்கி வில்லனோடு வந்த அடியாட்களைப் போல, போதும் இனி இந்தப் பக்கம் தலை வைத்துப் படுக்க மாட்டேன் என்று ஓடுகிறார்கள்.

சீட்டுக்கட்டில் இருக்கும் *54* கார்டுகளை வைத்து எப்படி வேண்டுமானாலும் விளையாடலாம். அந்தக் கார்டுகளை வைத்துப் பல விதமான ஆட்டங்கள் ஆடலாம். அவற்றின் விலைமாற்றங்களும் எல்லோருக்கும் ஒன்றுதான். ஆனால் நபர்கள், அவரவர்களுக்குப் பிடித்த மாதிரி தோன்றியதுபோல ஆடுகிறார்கள். அனுபவப்பட்டவர்கள் பரிந்துரை செய்யும் ஆட்டம், 'நிதானமாக ஆட்டம் நீண்டகால அணுகுமுறை நிச்சய வெற்றி' என்ற ஆட்டம். இதுதான் வாரென் பஃபெட் பின்பற்றும் முறையும், இதைக் கிரிக்கெட் போட்டிகளுடன் ஒப்பிட்டால், ஐந்து நாள் கிரிக்கெட் அளவு கூட இல்லை. அதைவிடவும் நீளமானது.

ஐந்து போட்டிகள் கொண்ட தொடர் (சீரிஸ்) போன்றது. இரண்டு போட்டிகளில் தவற விட்டாலும் கூட, மீதப் போட்டிகளில் சரியாக விளையாடி, தொடரை வென்று விடலாம். பதற்றம் கிடையாது. தேர்வு செய்து வைத்துக் கொண்டு காத்திருப்பது, ஓடுமீன் ஓட, உறுமீன் வரும் வரை காத்திருந்து, முதலீடு செய்து இன்வெஸ்ட்மெண்ட் முறையில் நிதானமாக, பணம் பண்ணும் ஆட்டம் இது.

இந்தியாவின் மக்கள் தொகை மற்றும் அதன் வாங்கு சக்தியின் தொடர் உயர்வால், பெரும்பாலான மக்கள் பயன்படுத்தியே ஆக வேண்டிய (கன்சம்ப்ஷன் ஸ்டோரி) பொருட்களைத் தயாரிக்கும் மிக நேர்மையாகவும், வெளிப்படையாகவும் நடத்தப்படும் (கார்ப்பரேட் கவர்னென்ஸ் சரியாக இருக்கிற) நிறுவனப் பங்குகளை வாங்கி வைத்துக் கொள்ளுவது. வாங்கிய பிறகு விலை இறங்கினாலும் பயந்து பங்குகளை விற்பதில்லை. விற்றுவிட்டு வேறு பங்குகளுக்குத் தாவுவதில்லை. இப்போது கூட அப்படிப்பட்ட நிறுவனப் பங்குகளை வாங்கலாம். இன்னும் பெரிதாக விலை ஏறிவிடவில்லை.

இரண்டாவது முறை, ஒருநாள் கிரிக்கெட் போட்டி போல. ஐம்பது ஓவர்களுக்குள் ஓட்டம் எடுத்தாக வேண்டும் என்பதால், பரபரப்பாக ஆடுவார்களே அப்படி. பங்குச்சந்தையில் இப்படிப்பட்ட ஆட்டம் ஆடுகிறவர்களும் உண்டு. பங்குகளை வாங்கி விற்று உடனடி லாபம் பார்ப்பதில் சிலருக்கு ஒரு திரில் இருக்கும். எந்தப் பங்கு விலை ஏறப் போகிறது என்று தெரிந்து கொண்டு, விலை ஏறுவதற்கு முன்பு மிகச் சரியாக அந்தப் பங்கை வாங்குவது. ஓரிரு நாட்களில் அது விலை ஏறியதும் உடனடியாக அதை விற்றுப் பணம் பண்ணுவது. அடுத்தடுத்து இப்படியே விலை ஏறப் போகிறவற்றைக் கண்டுபிடித்து வாங்கி விற்று உடனடி லாபங்கள் பார்ப்பது, இதன் பெயர் டிரேடிங்.

இந்த ஆட்டத்தில் எல்லோராலும் எம்.ஜி.ஆர் ஆகி விட முடியாது. லாபங்கள் மட்டுமல்ல, நஷ்டங்களும் மாறி மாறி வரும். ஆனால் ஏனோ சிலருக்கு இப்படி ஆடத்தான் வருகிறது. இவர்கள் ஜெயிப்பதற்காக விளையாடவில்லை. விளையாட்டுப் பிடித்திருப்பதால் விளையாடுகிறார்கள். அவர்களது பணம்தானே, விளையாடி விட்டுப் போகட்டுமே என்கிறீர்களா?

இதற்கும் அடுத்தகட்ட விளையாட்டு உண்டு. அதன் பெயர் இண்ட்ரா டே டிரேடிங். இது 20-20 பந்தயம்தான். மைதானத்திற்குள் போய் ஓரிரு ஓவர்கள் அல்ல, ஓரிரு

டெலிவரிகளுக்குக் கூட சும்மா நிற்கமுடியாது. முதல் பந்தில் இருந்து, சந்திக்கிற ஒவ்வொரு பந்தையும் அடித்து ஆட வேண்டும் என்பதும், அடிகளும் 4 அல்லது 6 ரன்களைப் பெற்றுத் தருவதாக இருக்க வேண்டும் என்பதும் இந்த ஆட்டத்தின் எழுதப்படாத விதி.

“அடி. ரன் வந்தாலும் வராவிட்டாலும், அவுட்டாவது ஆகித் தொலை. சும்மா மட்டும் நிற்காதே” என்பார்கள். என்ன செய்ய, ஆட்டம் அப்படி. காலையில் வாங்கி மாலை வர்த்தக நேரம் முடிவதற்குள் விற்று லாபம் பார்க்க வேண்டும். பங்கின் விலை இன்றைக்கு இறங்கப் போகிறதென்பது அவர்களின் கணிப்பாக இருந்தால், காலையில் விற்று, மாலை வர்த்தகம் முடிவதற்குள் திரும்ப வாங்கி, கணக்கை நேர் செய்தாக வேண்டும்.

“ஏன் அப்படி?”

“காரணம், சாரிடம் அவர் காலையில் வாங்கிய மொத்தப் பங்குகளையும் டெலிவரி எடுக்கிற அளவு பணம் கிடையாது. கையில் முழுப்பணம் இல்லாமலேயே பெரிய எண்ணிக்கைகளில் பங்குகள் வாங்கி, வர்த்தகம் முடியும் நேரத்திற்குள் விற்று, லாபம் பார்ப்பதுதான் சாரோட ஐடியா.”

“வெறும் கையால முழம்?”

“வெறும் கை என்று சொல்ல முடியாது. வெறும் நுனிக் கையால முழம் என்று சொல்லலாம். அதாவது கையில் 10 ரூபாய் இருந்தால் 60 ரூபாய்க்குப் பங்குகள் வாங்குவது. அன்றைய தினமே சந்தை முடிவதற்குள் வாங்கியவற்றை விற்றுவிடுவது. லாபம் பார்ப்பது.”

“சாத்தியமா? அனுமதி உண்டா?”

“உண்டு. கட்டுகிற பத்து ரூபாய்க்குப் பெயர் மார்ஜின் பணம். அந்த அளவு வரை பங்கு விலைகள் இறங்கினால் சரி. அதற்கும் மேல் (கீழ்) இறங்கினால் தரகரே பங்குகளை விற்றுவிடுவார்.”

“கொடுத்த மார்ஜின் பணம்?”

“அதுதான் நஷ்டத்துக்கு.”

“ஓ, இதுதான் இன்ட்ரா டேவா?”

“ஆமாம். இதில் பணம் செய்கிற எம்.ஜி.ஆர்.களும், தோனிகளும் உண்டுதான். ஆனால் இவர்களின் எண்ணிக்கை மிகவும் சொற்பமாக இருக்கும்.”

“ஆனாலும் விடமாட்டார்கள் இல்லையா....”

“ஆமாம். பார்க்கச் சுலபம் போலத் தெரியும். ‘வா..வா..’ என்று இழுக்கும். இதை வாங்கலாம். அதை விற்கலாம் என்று இதற்கு ஆலோசனை சொல்ல ஆயிரத்தெட்டுப் பேர். மொபைல் போனில் குறுஞ்செய்திகள் வந்து கொண்டேயிருக்கும். மொத்தத்தில் இது ஒரு பழக்கமாகவே ஆகிவிடும். நஷ்டம் கண்ணுக்குத் தெரியாது. அடுத்த எதுவோ ஒரு இடத்தில் சரியாக வந்து விடும் என்பது போலவே இழுத்துக் கொண்டு போகும் வெகுதூரம். டெலிவரி எடுத்தாலாவது மீண்டும் விலை ஏறுகிற வரை வைத்திருந்து பின் விற்று நஷ்டத்தைத் தவிர்க்கலாம். இல்லாத பணத்துக்கு வாங்கியதால், டெலிவரி எடுக்க முடியமால், நஷ்டத்திற்கு விற்கவேண்டிய கட்டாயத்திற்குத் தள்ளப்பட்டு... தேவையா?”

“என்னதான் வழி?”

“கவாஸ்கர், லஷ்மன் போன்றோர் ஆட்டம்தான் பங்குச்சந்தைக்குச் சரி. நின்று ஆடுதல். நிதானமாக இருத்தல். தொடரை வெல்லுதல்.”

நாடு	கரன்சி	அக்டோபர் 2023
ருஷ்யா	ரூபிள் (PY6)	மதிப்பு (INR) 0.86

15. F&O என்ற அடுத்த கட்டம்

பிள்ளைகள் பாடம் படிக்கும் பள்ளிகளில் எத்தனை நிலைகள் இருக்கின்றன என்பது நமக்குத் தெரியும். ஆரம்பப்பள்ளி, நடுநிலை, உயர்நிலை என்று வகுப்புகளுக்கு ஏற்ப அவை வேறுபடும். பள்ளி இறுதி முடித்துவிட்டால், கல்லூரி, அதிலும் இளநிலை, முதுநிலையான மாஸ்டர்ஸ், அதற்கும் எம்.பில், டாக்டரேட் என்று பல நிலைகள் உண்டு.

பங்குச்சந்தையைப் பயில்வதிலும் இப்படிப்பட்ட நிலைகள் உண்டு. இதற்கெல்லாம் வகுப்போ, தேர்வுகளோ கிடையாது. சான்றிதழ்கள் கிடையாது. யார் எந்த நிலையில் இருக்கிறார்கள் என்பது வெளிப்படையாகத் தெரியாது. ஷேர் மார்க்கெட்டில் அப்படியென்ன நிலைகள் இருக்க முடியும் என்று சிலருக்கு ஆச்சரியமாக இருக்கலாம். காசு கொடுத்து பங்குகள் வாங்கி, வைத்திருந்து, ஆதாயம் அடையும் இன்வெஸ்மென்ட் வழியைத் தெரிந்து கொள்ளுவதுதான் பங்குச்சந்தையின் பால பாடம். அதுதான் அடிப்படை முதல் நிலை. அதைப் புரிந்து கொள்ளாமல் மேல் வகுப்புகளுக்குப் போகக் கூடாது.

இதற்கு அடுத்த நிலை, வாங்கி உடனடியாக விற்றது லாபம் பார்க்கும் டிரேடிங். அதன் அடுத்த கட்டமாக இண்ட்ரா டே டிரேடிங். இந்த நிலை வரை நாம் பார்த்துவிட்டோம். இனி பார்க்க இருப்பது. அதற்கும் மேலே இருக்கும் ஒரு நிலை. முதுகலையுடன் இதை ஒப்பிட்டுச் சொல்லலாம். எல்லோரும் இந்த நிலைக்கு வரவேண்டிய அவசியமில்லை

அடிமரம் வலுவாக இருக்கும். அதைவிட உயரம் என்றால் மரத்தின் கிளைகள். அவை மரம் அளவு கனமோ உறுதியோ இல்லாதவை. ஆனால் அவை இருப்பது உயரத்தில், அதற்கும் அடுத்து அந்தக் கிளைகளின் நுனிகள். நுனிகள் எப்படியும் வளையும், சூரிய ஒளி வரும் திசை நோக்கிச் சாயும். ஒப்பீட்டில் இவை மரத்தைக் காட்டிலும், கிளைகளைக் காட்டிலும் மெல்லியவை. மரத்தில் சுலபமாக ஏறலாம். கிளைகளில் எல்லோராலும் சுலபமாக ஏறிவிட முடியாது. ஏறுபவரின் உடல்கனம் மற்றும் கிளையின் வலிமையைப் பொறுத்தது அது. அதையும் தாண்டி, நுனிக் கிளையில் ஏற முடியுமா? அதற்கு எவ்வளவு லாவகமும், திறமையும் தேவை. அதனால்தான் எல்லோரும் இந்த நிலைக்கு வர வேண்டிய அவசியம் இல்லை என்கிறோம். ஆனாலும் இது பற்றியும் தெரிந்து கொள்ளலாம்.

பங்குச்சந்தை வர்த்தகத்தில் நுனி மரத்தில் ஏறுவது போன்றது பியூட்சர்ஸ் - ஆப்ஷன்ஸ்ல் வர்த்தகம் செய்து லாபம் பார்ப்பது. பியூட்சர்ஸ் – ஆப்ஷன்சை சுருக்கமாக எப் & ஓ என்று அழைப்பார்கள். எப்போதும் ஒன்றாக அழைக்கப்பட்டாலும் அவை இரண்டும் வேறு வேறு.

Futures & Options

பங்குச்சந்தை வர்த்தகத்தை இரண்டு பெரும் பிரிவுகளாகப் பிரித்திருக்கிறார்கள். ஒன்றின் பெயர் கேஷ் மார்க்கெட். இது, கையில் காசு வாயில தோசை கதை. கேஷ் மார்க்கேட் பகுதியில்தான் நாம் முன்பு பார்த்த இன்வெஸ்ட்மென்ட், டிரேடிங் எல்லாம் வருகிறது. மற்றொரு பெரும் பிரிவுதான் F&O இதில் வருபவை பியூட்சர்ஸ்சும் ஆப்ஷன்ஸ்சும்.

சுமார் பத்து ஆண்டுகளுக்கு முன்பு வரை கூட நம் நாட்டுப் பங்குச்சந்தைகளில் கேஷ் மார்க்கெட்தான் பிரபலம். பலருக்கும் அதுதான் தெரியும். அதில்தான் அதிக அளவில் வர்த்தகம் நடைபெறும். கடந்த இரண்டு ஆண்டுகளாக நம் தேசத்துப் பங்குச்சந்தைகளில் கேஷ் மார்க்கெட் வர்த்தகம் மிகவும் குறைவு. பியூட்சர்ஸ் வர்த்தகம் பரவாயில்லை. ஆனால் தற்சமயம் எல்லாவற்றையும் விட அதிக வர்த்தகம் நடப்பது ஆப்ஷன்ஸில்தான். கேஷ் மார்க்கெட்டை விட இந்த F&O மார்க்கெட் மீது மக்களுக்கு அதிக ஆர்வம் வந்திருப்பதற்குப் பல காரணங்கள் உண்டு. அதில் முக்கியக் காரணம், கேஷ் மார்க்கெட்டில் கொடுப்பது போல, வாங்கும் பொருளுக்கான மொத்த விலையையும் F&O மார்க்கெட்டில் கொடுக்க வேண்டாம். பியூட்சர்ஸ் மார்க்கெட்டை மட்டும் எடுத்துக்

கொண்டால், ரூபாய்க்கு 20 காசுகள் கொடுத்தால் போதும். ஆமாம், கொஞ்சம் காசை வைத்து நிறைய விளையாடலாம்.

உதாரணத்திற்கு, கேஷ் மார்க்கெட்டில் 175 டி சி எஸ் ஷேர்கள் வாங்குவதென்றால், அக்டோபர் 23 விலையில், அதற்கு 3345*125 = 5 லட்சத்து 85 ஆயிரத்து 375 ரூபாய் கொடுக்க வேண்டும் அதையே பியூட்சர்ஸ்சில் வாங்கினால், 1 லட்சத்து .20 ஆயிரத்துக்கும் குறைவாகப் பணம் கட்டினால் போதும். கவனியுங்கள். பணம் கொடுத்தால் போதும் என்ற சொல்லாமல், கட்டினால் போதும் என்று சொல்லியிருப்பதை ஆமாம். கட்டும் பணத்திற்குப் பெயர் மார்ஜின் பணம். இது பெட் கட்டுவது போன்றது என்றும் கூடச் சொல்லலாம்.

F&O விற்கு மற்றொரு பெயர் டிரைவேடிவ்ஸ் (Derivatives). டிரைவேட்டிவ் என்பது எவற்றிலிருந்தோ எடுக்கப்படுவது. இங்கே பங்கு வர்த்தகம் இல்லை. பங்குகளை வைத்து வர்த்தகம். இரண்டுக்கும் வித்தியாசம் தெரியவேண்டுமா? சிலர் கிரிக்கெட் விளையாடுகிறார்கள். போட்டியில் ஜெயிக்கும் அணிக்கு ரூபாய் 10 ஆயிரம் பரிசுத் தொகை. அவர்கள் ஆடுவது கிரிக்கெட். இரண்டு அணியில் இருக்கும் வீரர்களும் ஆடுகளத்தில் ஆட, பார்வையாளர்கள் பகுதியில் அமர்ந்து வேடிக்கை பார்ப்பவர்களில் சிலர், எந்த அணி ஜெயிக்கும் என்று ஆராய்கிறார்கள். பந்தயம் கட்டுகிறார்கள். ‘பெட்’ தொகை 10 ஆயிரம் ரூபாய். வீரர்கள் ஆடுவது கிரிக்கெட். மற்றவர்கள் ஆடுவது ‘கிரிக்கெட்டை வைத்து.’

கேஷ் மார்க்கெட்டில், பல்வேறு நிறுவனங்களின் பங்குகளை வாங்கலாம், விற்கலாம். F&Oவில் நடக்கும் வர்த்தகம், நேரடியாகப் பங்குகளை வாங்கியோ விற்றோ அல்ல. அங்கே வாங்க விற்கப்படுவது ‘பங்குகளை வைத்து’ அதன் பெயர் டிரைவேடிவ்ஸ்.

அதே டி சி எஸ் பங்கு உதாரணத்தை எடுத்துக் கொண்டால், ஒருவர் F&Oவில் டி சி எஸ் பங்கை வாங்கமாட்டார். வாங்கவும் முடியாது. ஆனால் அவர் வாங்கியதாக பில் (பங்குச்சந்தை மொழியில், காண்டிராக்ட்) போட்டுக்கொள்ளலாம். இன்னொருவர் இவருக்கு விற்றதாகக் காண்ட்ராக்ட் போட்டுத் தருவார். என்ன விலைக்கு என்பதை இருவரும் சேர்ந்து முடிவு செய்துகொள்வார்கள். அது, கேஷ் மார்க்கெட் விலையை விடக் கூடுதலாகவும் இருக்கலாம் அல்லது குறைவாகவும் இருக்கலாம்.

உதாரணத்திற்குக் அக்டோபர் 26, 2023 அன்று கேஷ் மார்க்கெட்டில் டி சி எஸ் பங்கு விலை 3345 ரூபாய். அதே

தினம் பியூட்சர்ஸ்சில் (ஆப்ஷன்ஸ் இதிலிருந்தும் வேறுபட்டது. அதைப்பற்றிப் பிறகு) விலை 3368 ரூபாய். 23 ரூபாய் அதிகம். ஒரே நாளில் பல்வேறு விலைகளில் வர்த்தகம் நடக்கும். நாம் இங்கே குறிப்பிடுவது ஒரு குறிப்பிட்ட வர்த்தக நேரத்தில் நடந்த விலையை.

பியூட்சர்ஸ்சில் டி சி எஸ் 175 பங்குகள் வாங்கியவருக்கு டி சி எஸ் கொடுக்கிற டிவிடெண்ட் வராது. டி சி எஸ் நிறுவனத்தைப் பொருத்தவரை, பியூட்சர்ஸ்சில் வாங்கியவரைப் பற்றி ஏதும் தெரியாது. காரணம் அவர் 'பங்கு' வாங்கவில்லை. அதை வாங்குவேன் என்று எவரிடமோ காண்ட்ராக்ட் போட்டிருக்கிறார். விற்பவர் ஒருநாளும் டி சி எஸ் பங்கை வாங்கியவருக்குக் கொடுக்கப் போவதில்லை. அவரும் விற்பதாக காண்ட்ராக்ட் போட்டிருக்கிறார்.

இருவருமே, ஒரு நேரத்தில் (அதிகபட்சம் மூன்று மாதங்களுக்குள்) கணக்கை முடித்துக் கொள்ள வேண்டும். கணக்கை முடிப்பது என்றால் வாங்கியவர் கட்டாயமாக அதுசமயம் மார்க்கெட்டில் இருக்கிற விலையில் விற்றாக வேண்டும். அதே போல விற்றவர் வாங்கியாக வேண்டும். இந்த வாங்குதல் விற்றல் எல்லாம் பங்குச்சந்தைகள் மூலம் நடைபெறுவதால், பலரும் ஒரே நேரம் வாங்குவதும் விற்பதும் நடக்கும். அதனால், எவரிடம் வேண்டுமானாலும் விற்கலாம். வாங்கலாம். மொத்தத்தில் முன்பு போட்ட காண்டிராக்டை முடித்துக் கொண்டுவிட வேண்டும்.

பியூட்சர்ஸ் பற்றிய தகவல்களில் இது சூப் போன்ற அபிடைசர்தான். இன்னும் ஸ்டார்ட்டர், மெயின் கோர்ஸ் போன்ற மேல் விபரங்கள் உண்டு.

F & O Mkt lots June 2023	
Symbol	Lot Size
BANKNIFTY	15
FinNifty	40
NIFTY	50
Midcp Nifty	75
AXISBANK	1200
BANKBARODA	5850
CANBK	2700

FEDERALBNK	7000
HDFCBANK	250
ICICIBANK	1375
INDIANB	2000
INDUSINDBK	400
KOTAKBANK	800
PNB	7000
RBLBANK	1200
SBIN	3000
YESBANK	1750
ACC	400
ADANIENT	4000
ADANIPORTS	2500
ADANIPOWER	10000
AJANTPHARM	500
AMARAJABAT	800
AMBUJACEM	2500
APOLLOHOSP	500
APOLLOTYRE	3500
ASHOKLEY	5000
ASIANPAINT	200
AUROPHARMA	1000
BAJAJ-AUTO	250
BAJAJFINSV	125
BAJFINANCE	250
BALKRISIND	300
BATAINDIA	275
BEL	6000
BEML	700
BERGEPAINT	2200
BHARATFORG	1300
BHARTIARTL	2000

BHEL	10400
BIOCON	2300
BOSCHLTD	40
BPCL	1800
BRITANNIA	200
BSOFT	200
CADILAHC	2200
CEATLTD	400
CENTURYTEX	600
CHOLAFIN	2500
CIPLA	1150
COALINDIA	2700
COLPAL	700
CONCOR	1563
CUMMINSIND	900
DABUR	1250
DISHTV	8000
DIVISLAB	150
DLF	3300
DRREDDY	250
EICHERMOT	30
EQUITAS	4900
ESCORTS	1100
EXIDEIND	2900
GAIL	5334
GLENMARK	1400
GMRINFRA	45000
GODREJCP	800
GODREJIND	650
GRASIM	750
HAVELLS	1000
HCLTECH	1400

HDFC	250
HDFCLIFE	900
HEROMOTOCO	200
HINDALCO	3500
HINDPETRO	2100
HINDUNILVR	300
IBULHSGFIN	1200
ICICIPRULI	1500
IDEA	13200
IDFC	13200
IDFCFIRSTB	12000
IFCI	35000
IGL	2750
INDIACEM	4500
INDIGO	300
INFIBEAM	4000
INFY	1200
IOC	4000
IRB	3200
ITC	2400
JINDALSTEL	1250
JSWSTEEL	2300
JUBLFOOD	500
JUSTDIAL	1400
L&TFH	5600
LICHSGFIN	1300
LT	375
LUPIN	700
M&M	1000
M&MFIN	1600
MANAPPURAM	6000
MARICO	1300

MARUTI	100
MCDOWELL-N	1250
MCX	400
MFSL	1300
MGL	600
MINDTREE	800
MOTHERSUMI	5000
MRF	10
MUTHOOTFIN	1500
NATIONALUM	4250
NCC	9000
NESTLEIND	40
NIITTECH	375
NMDC	3350
NTPC	4800
ONGC	3850
PAGEIND	15
PETRONET	3000
PFC	6200
PIDILITIND	500
POWERGRID	4000
PVR	400
RAMCOCEM	800
RELIANCE	500
SHREECEM	50
SIEMENS	550
SRF	250
SRTRANSFIN	600
SUNPHARMA	1250
SUNTV	1200
TATACHEM	900
TATAELXSI	400

TATAGLOBAL	2250
TATAMOTORS	1425
TATAPOWER	3375
TATASTEEL	1500
TCS	250
TECHM	1200
TITAN	750
TORNTPHARM	500
TORNTPOWER	3000
TV18BRDCST	13000
TVSMOTOR	1350
UBL	700
UJJIVAN	1600
ULTRACEMCO	200
UPL	1200
VEDL	1550
VGUARD	3000
VOLTAS	1000
WIPRO	2400
WOCKPHARMA	900
ZEEL	1300

நாடு	கரன்சி	அக்டோபர் 2023
ஆப்கானிஸ்தான்	ஆப்கானிய (AFS)	மதிப்பு (INR) -1.10

16. ஏழு வித்தியாசங்கள்

கொஞ்சம் பெரிய பிள்ளைகள் மட்டுமே விளையாடக்கூடிய எப் & ஓவில், பியூட்சர்ஸ் பற்றி மட்டும் பார்க்க ஆரம்பித்திருக்கிறோம்.

காசு கொடுத்து வாங்குதல். கையிலிருக்கும் பங்குகளை விற்றல் போன்றவை கேஷ் மார்க்கெட் நடவடிக்கைகள். 'பங்குகளை' அல்ல. 'பங்குகளை வைத்து' டிரைவேடிவ்ஸ் 'விளையாடுவது எப் என்றும், பியூட்சர்ஸ்சில் வாங்குவதற்கு முழுப்பணமும் கொடுக்க வேண்டாம், மார்ஜின் ஆக ஓரளவு கொடுத்தால் போதும் என்றும் சென்ற அத்தியாயத்தில் பார்த்தோம். இவை மட்டுமல்ல. கேஷ் மார்க்கெட் வர்த்தகத்திற்கும் 'எப் & ஓ வர்த்தகத்திற்கும் இன்னும் சில முக்கிய வித்தியாசங்களும் உண்டு.

1. கேஷ் மார்க்கெட்டில் வாங்குவது விற்பது போல எல்லா நிறுவனப் பங்குகளையும் பியூட்சர்ஸ் மார்க்கெட்டில் வாங்க, விற்க முடியாது. காரணம், அவை கிடைக்காது. பங்குச்சந்தைகள் (தேசியப் பங்குச்சந்தை, மும்பைப் பங்குச்சந்தை) முடிவு செய்து அனுமதிக்கும் நிறுவனப் பங்குகளில்தான் வர்த்தகம் செய்யமுடியும். பெரிய எண்ணிக்கைகளில் வர்த்தகம் நடக்கும் பங்குகளுக்கு மட்டுமே இங்கு அனுமதி கிடைக்கும். அவ்வப்போது மாறும் அந்தப் பட்டியலைச் சந்தைகளின் இணைய தளங்களில் பார்க்க முடியும். தற்சமயம் 152 நிறுவனங்களின் பங்கு டிரைவேட்டிவ்களை எப் & ஓ வில் வர்த்தகம் செய்யலாம். எப் & ஓவில் வர்த்தகம் செய்யக்கூடிய பங்குகளை கேஷ் மார்க்கெட்டிலும் வாங்கலாம். விற்கலாம்.

2. கேஷ் மார்க்கெட்டில் வாங்குவது போல, ஒன்று இரண்டு என்றோ அல்லது 15, 55 என்பது போன்றோ நினைத்த. அளவுகளில், எப் & ஓ மார்க்கெட்டில் வாங்க, விற்க முடியாது. இவற்றுக்கென்று முடிவு செய்து அறிவிக்கப்பட்ட மார்க்கெட் லாட்கள் உண்டு. கொஞ்சம் பெரிய லாட்களாகத்தான் எப் & ஓவில் கிடைக்கும். இந்த லாட்களும் அவ்வப்போது மாறும். ஆனால் இதை லாஜிக் இல்லாமல் மாற்ற மாட்டார்கள். விலை தொடர்ந்து அதிகரித்துவிட்ட பங்கின் மார்க்கெட் லாட்டைக் குறைப்பார்கள். விலை குறைந்துவிட்ட பங்கின் லாட் அளவை அதிகரிப்பார்கள். தற்சமயம் இன்போசிஸ் மார்க்கெட் லாட் 15, டிவிஸ் லேப் 250. அம்புஜா சிமிண்ட் 2000, டாடா குளோபல் 2000. மார்க்கெட் லாட் பங்குக்குப் பங்கு மாறுபடும். விலை குறைவாக இருக்கிற பங்குகளின் லாட் அளவுகள் கூடுதலாகவும், விலை அதிகம் இருக்கிற பங்குகளின் லாட் அளவு குறைவாகவும் இருக்கும்.

3. கேஷ் மார்க்கெட்டில் பங்கு விலை ஒரே நாளில் எவ்வளவு உயரலாம் என்பதற்கும் எவ்வளவு குறையலாம் என்பதற்கும் வரைமுறை இருக்கிறது. 5 % முதல் 20% வரை விலைகள் மாறலாம். எந்தப் பங்கிற்கு எந்த அளவு என்பதைச் சந்தை நிர்வாகம் அவ்வப்போது மாற்றும். எப் & ஓ பகுதியிலும் வர்த்தகம் நடைபெறும் 152 நிறுவனப் பங்குகளுக்கு அந்த உச்சவரம்பு கிடையாது. கேஷ் மார்க்கெட் மற்றும் எப் & ஓ ஆகிய இரண்டு பகுதிகளிலும் அந்தப் பங்குகள் எவ்வளவு வேண்டுமானாலும் விலை ஏறலாம். இறங்கலாம். சென்ற வாரம் அப்படித்தான் யுனைடட் ஸ்பிரிட்ஸ் நிறுவனப்பங்கு ஒரே மீ% விலை உயர்ந்தது. ஜைலாக் சிஸ்டம்ஸ் மோசமாகச் சரிந்தது.

4. கேஷ் மார்க்கெட்டில் வாங்கினால், எவ்வளவு நாட்களுக்குள் அதை விற்கவேண்டும் என்று சொல்லமாட்டார்கள். அதற்கு எந்தக் கட்டாயமும் கிடையாது. வாழ்நாள் முழுதும் கூட வைத்திருந்து, பிள்ளைகளுக்கோ பேரன் பேத்திகளுக்கோ கொடுக்கலாம். அவர்களும் அதன் மீதான உரிமையைத் தொடரலாம். ஆனால் பியூட்சர்ஸ்சில் வாங்கினால், எந்த மாதம் வாங்குகிறோமோ, அந்த மாத இறுதிக்குள் விற்றாக வேண்டும். உதாரணத்திற்கு நவம்பர் 2023ல் ஏதோ ஒரு வர்த்தக நாள் அன்று, ஒரு லாட் இன்போசிஸ் வாங்கினால், அந்த லாட்டை அதே நவம்பர் மாத

இறுதிக்குள் விற்றாக வேண்டும். கிடைப்பது வாங்கியதை விடக் கூடுதல் விலையோ, குறைச்சல் விலையோ மாத இறுதி என்றால், மாதத்தின் கடைசி வியாழக்கிழமைக்குள் விற்றே ஆகவேண்டும். ஒருகால் அன்று விடுமுறை தினமாக இருந்தால், அதற்கு முந்தைய நாளான புதனுக்குள் விற்றுவிட வேண்டும்.

5. கேஷ் மார்க்கெட்டில் ஒரு பங்கிற்கு ஒரு நேரம் ஒரு விலைதான் இருக்கும். ஆனால், பியூட்சர்ஸில் அப்படியில்லை. காரணம், பியூட்சர்ஸில் மொத்தம் மூன்று மாதங்களுக்கான விலைகள் உண்டு. உதாரணத்திற்கு இன்போசிஸ் பங்குகளை நடப்பு மாதமான நவம்பர் மாதத்திலேயே ஒருவர் வாங்கலாம். அப்படி வாங்கியவர்தான் நவம்பர் இறுதிக்குள் விற்றாக வேண்டும். மாறாக அவர் டிசம்பர் மாத காண்டிராக்ட்டிலும் வாங்கலாம். அப்படி வாங்குவதற்கு, அதே இன்போசிஸ் பங்கிற்கு, அதே தாள். அதே நேரம், வேறு விலை நடக்கும். அதேபோல ஜனவரி 2024 காண்டிராக்ட்டிலும் அவர் வாங்கலாம். விற்பதற்கு ஆள் (ஆர்டர்) இருந்தால். இவ்வாறாக, ஒருவர் இன்போசிஸ் பங்கு டிரைவேடிவ்வை ஜனவரி காண்டிராக்ட்டில் வாங்கினால், நவம்பருக்குள் விற்றாகவேண்டிய கட்டாயம் கிடையாது. வாங்கிய நேரம் முதல், ஜனவரி மாத வியாழக்கிழமை வர்த்தக நேரம் முடிவதற்குள் எப்போது வேண்டுமானாலும் விற்கலாம்.

6. கேஷ் மார்க்கெட்டில் வாங்கிய பங்கு டெலிவரி வந்துவிடும். நமது கணக்கிற்கு (டி.பி) போய்விடும். அதன்பிறகு வாங்கிய இன்போசிஸ் பங்கு நமக்குச் சொந்தம். இன்போசிஸ் நிறுவனம் அந்தத் தேதிக்குப் பிறகு, என்ன கொடுத்தாலும் (டிவிடெண்ட், போனஸ் பங்குகள்), அவற்றுக்கு நாமும் உரிமையாளர். ஆனால் பியூட்சர்ஸ்சில் அப்படியில்லை. நாம் பங்குகளை வாங்கவில்லை. இன்ன விலைக்கு வாங்குவதாகச் சொல்லியிருக்கிறோம். யாரோ விற்பதாகச் சொல்லியிருக்கிறார்கள். முன்பு பார்த்ததுபோல், அவர் கொடுக்கப் போவதும் இல்லை, நாம் எடுத்துக்கொள்ளப் போவதுமில்லை. வேறு ஒரு நாள் நடப்பு விலையில் கணக்கு முடித்துக்கொண்டு, லாபமோ, நஷ்டமோ அதை மட்டும் தீர்த்துக் கொள்ளப்போகிறோம். அதனால் டிவிடெண்ட், உரிமைப் பங்குகள், போனஸ் போன்றவற்றுக்கும் நமக்கும் தொடர்பில்லை.

7. கேஷ் மார்க்கெட்டில் வாங்கிய பங்குகளை மொத்தமாகவோ, சில்லறையாகவோ (ஒன்று, இரண்டு, மூன்று, 50, 90 என்று எந்த எண்ணிக்கையிலும்) விற்கலாம். அப்படி விற்பதற்குப் பணம் வந்துவிடும். விற்காமல் கையில் வைத்திருப்பதற்கு மட்டும் உரிமையும் ஆதாயங்களும் தொடரும். ஆனால், பியூட்சர்ஸ்சில் வாங்குவதும் லாட்களில், விற்பதும் லாட்களில்தான். சில்லறை வர்த்தகம் என்பதே இங்கே கிடையாது. பியூட்சர்ஸ்சில் வர்த்தகம் செய்யத் தனிக்கணக்கு தொடங்க வேண்டும். அதே தரகரிடமே வர்த்தகம் செய்யலாம். ஆனாலும் இதற்கான கணக்கு தனிதான்.

ஆர்பிட்ராஜ் என்றால் என்ன?

பங்குகள் வர்த்தகத்தில் இதுவும் ஒரு வகை. வழக்கமான வர்த்தகத்தில் என்ன செய்வோம், விலை ஏறியதும் விற்று லாபம் பார்க்கும் நோக்கத்தில் பங்கை வாங்குவோம். இது, பங்குச்சந்தையில் வர்த்தகம் செய்பவர்கள் எல்லோரும் செய்வதுதான். இதற்கும் அடுத்த கட்டம், கையில் பங்கு இல்லாமலேயே விற்பது. தற்காலிகமாகத்தான் குறிப்பிட்ட பங்கின் விலை ஏறியிருக்கிறது. கண்டிப்பாக இதன் விலை இறங்கும் என்கிற எதிர்பார்ப்பில், ஒரு விலையில் விற்று வைப்பது. விலை இறங்கிய பின் வாங்கிவிடுவது. வாங்குவதை Buying என்பார்கள். Going long என்றும் சொல்வதுண்டு. கையில் பங்கு இல்லாமலேயே விற்பதை Going short என்பார்கள். ஷார்ட் போவது.

மூன்றாவதாகவும் ஒரு வகை இருக்கிறது. இது ஒரே நேரத்தில் வாங்குவதையும், விற்பதையும் செய்வது. ஆச்சரியமாக இருக்கலாம். ஒரே நேரத்தில் வாங்குவதும், விற்பதுமா? இதில் எப்படி லாபம் பார்க்க முடியும் என்று.

லாங்க், ஷார்ட் இரண்டிலுமே, கூடுதல் விலைக்கு விற்கிறோம், குறைந்த விலைக்கு வாங்குகிறோம். எதை முதலில் செய்கிறோம் என்பதில்தான் வேறுபாடு. ஆர்பிட்ராஜ்ஜிலும் அதே நோக்கம்தான். ஆனால் இரண்டும் ஒரே நேரம். அது எப்படிச் சாத்தியம் என்றால், வாங்குவதும், விற்பதும் வெவ்வேறு சந்தைகளில். உதாரணத்திற்கு இன்போசிஸ் பங்கு. இந்தப்பங்கு மற்ற பல பங்குகளைப் போல, தேசியப் பங்குச்சந்தையிலும் பட்டியல் இடப்பட்டிருக்கிறது, மும்பை பங்குச்சந்தையிலும் பட்டியல் இடப்பட்டிருக்கிறது.

இரண்டு சந்தைகளிலும் தினசரி ஒரே நேரம் தொடங்கி வர்த்தகம் நடக்கிறது. இரண்டிலும் நடக்கிற விலைகளில் பெரிய வித்தியாசம் இருக்க முடியாது. அதிலும் குறிப்பாக வர்த்தக முடிவில் கிட்டத்தட்ட ஒரே மாதிரியாகத்தான் இருக்கும். ஆனால் இடையில் வேறுபாடுகள் இருக்கும். எவ்வளவுக்கு எவ்வளவு அதிக லிக்விடிட்டி இல்லாத பங்கோ அவ்வளவுக்கு அவ்வளவு விலையில் வேறுபாடு இருக்கும். ரிலையன்ஸ், இன்போசிஸ், டி.சி.எஸ் போன்ற பங்குகளில் அவ்வளவு இருக்காது.

இரண்டு சந்தை விலைகளும் ரியல் டைமில் (வர்த்தகம் நடக்கும் அதே நேரத்தில்) தரகர் அலுவலகங்களில் இருக்கும் அல்லது சொந்தமாக வைத்திருக்கும் டிரேடிங் டெர்மினல்களில் தெரியும். சிலர் இரண்டு சந்தைகளிலும் வாங்க விற்கக் கூடிய தரகர்களிடம் கணக்கு வைத்திருப்பதால், கண நேரத்தில் ஏற்படும் விலை வித்தியாசங்களில் வாங்கவும் விற்கவும் செய்வார்கள். இங்கே வாங்கிய விலை 3011. அங்கே விற்கிற விலை 3020. பங்கு ஒன்றுக்கு வேறுபாடு ரூ.9 ஆயிரம் பங்குகள் வாங்கி விற்றிருந்தால் ரூ.9000. தரகர் கமிஷன் வரிகள் எல்லாம் போனாலும் கணிசமான தொகை லாபம். இதுதான் ஆர்பிட்ராஜ் (Arbitrage) வர்த்தகம்.

நாடு	கரன்சி	அக்டோபர் 2023
ஜப்பான்	யென் (JPY)	மதிப்பு (INR) -0.56

17. காளை ஆட்டமும் கரடிகளின் தாக்குதலும்

பங்குச்சந்தைக் குறியீட்டு எண்கள் சென்செக்ஸ்சும் நிப்டியும் 2023 அக்டோபர் கடைசி வாரத்தில் பல நூறு புள்ளிகளுக்கு மேல் விழ்ந்தது. ஏன் இறங்கியது என்பதற்குப் இஸ்ரேல் பாலஸ்தீனிய போரின் உக்கிரம் என்று காரணம் சொன்னார்கள்.

அதே சென்செக்ஸ், ஒரு மாதத்திற்கு முன்பு சில நாட்கள் தொடர்ந்து உயர்ந்தது. திடீரென ஏன் அவ்வளவு உயர்ந்தது என்பதற்கும் காரணங்கள் சொன்னார்கள். இந்தியாவின் பொருளாதார வளர்ச்சி 6 முதல் 7 சதவீதம் இருக்கலாம், காரப்பரேட் ரிசல்ட்டுகள் தொடர்ந்து நன்றாக வருகின்றன அதுதான் சென்செக்ஸின் உயர்வுக்கான காரணங்கள் என்றார்கள்.

இப்படியாக அவ்வப்போது வருகிற செய்திகளை வைத்து சில நாட்கள் உயர்ந்தும், வேறு சில நாட்கள் இறங்கியும் இருப்பது பங்குச்சந்தையின் பழக்கம். இது இரவும் பகலும் மாறி மாறி வருவது போல எல்லாக் காலகட்டங்களிலும் இப்படிப்பட்ட, ஒரு நாள் ஏற்றம் அடுத்த சில நாட்களிலேயே இறக்கம் என்பது சர்வ சாதாரணம்.

இந்த ஏற்ற இறக்கங்கள் வாங்கி விற்ற, விற்று வாங்கி டிரேட் செய்து கொண்டிருப்பவர்களுக்குப் பெரிய வாய்ப்பு. அவர்கள் கவனம் இந்த மிகக்குறுகிய கால ஏற்ற இறக்கங்களின் மீதுதான் இருக்கும். இதற்கும்

அடுத்த கட்டம் உண்டு. அதை ஷார்ட் டர்ம் என்று சொல்லலாம். மூன்று மாதம் முதல் ஓர் ஆண்டு வரை. முன்னது இரவு பகலுக்கு ஒப்பு என்றால், இதை, ஆண்டில் வரும் வெவ்வேறு பருவ காலங்களுடன் ஒப்பிடலாம்.

கோடைக்காலம், இளவேனிர் காலம், மழைக்காலம், பனிக்காலம் என்பது போல. பங்குச்சந்தையிலும் ஓர் பட்ஜெட் தொடங்கி அடுத்த பட்ஜெட் தாக்கலாகும் வரை, ஒரு ரிசல்ட் சீசன் தொடங்கி அடுத்த ரிசல்ட் சீசன் வரை என்பது போல ஏற்றங்களோ இறக்கங்களோ தொடர்ந்து நடக்கும். இதற்கும் அடுத்து நீண்ட கால கட்டம் ஒன்று உண்டு. அதுதான் புல் ரன் மற்றும் பேர் ரன்கள். இவை குறைந்தபட்சம் சில ஆண்டுகள் வரை நீடிக்கும்.

புல் ரன் (Bull Run) என்றால், பங்குச்சந்தை தொடர்ந்து உயரும் காலகட்டம். இது பங்கு விலைகளின் எழுச்சி காலம். இதை ஏன் புல் ரன் என்கிறார்கள் என்று சிலர் கேட்கலாம். காளைமாடு, சண்டைகளில் (புல் பைட்கள்), முன் வந்து தாக்கும் குணமுடையது. அதனால் தொடர்ந்து பங்கு விலைகள் உயரும் பங்குச்சந்தைக் காலகட்டத்தை புல் ரன் என்று சொல்கிற பழக்கம் இருக்கிறது. இந்தக் காலகட்டத்தில் பங்கு விலைகள் விழவே விழாதா என்றால், விழும் ஆனால் விழாது என்று கூட இதைச் சொல்லலாம். நூறு ரூபாய் விலை விற்கிற பங்கு 120 ரூபாய்க்கு விலை உயரும் (பகல்). அதன் பின் விழும் (இரவு). எவ்வளவு விழும்? பத்து ரூபாய்தான் விழும். இருபது ரூபாய் ஏறி, பத்து ரூபாய் விழுந்தால், அது வீழ்ச்சியா? இதுதான், விழும் ஆனால் விழாது தத்துவம்.

பங்குச்சந்தை அனலிஸ்ட்டுகளின் மொழியில், இதை Forming Higher lows என்பார்கள். இறங்கும், ஆனால் முந்தைய இறக்கத்தை விடக் குறைவாக. அதே போல விலைகள் உயரும், முந்தைய உயர்வை விடக் கூடுதலாக. இதை Forming higher highs என்பார்கள்.

மிகக் குறுகிய காலப் பார்வையும் அணுகுமுறையும் கொண்டவர்கள், அன்றாடம் நடக்கும் ஏற்றங்களையோ, இறக்கங்களையோ பார்த்துவிட்டு, முடிவுக்கு வந்துவிடுவார்கள். அதனால், வைத்திருக்கும் பங்குகளை விற்பார்கள். அல்லது கூடுதலாக வாங்குவார்கள். தொலைநோக்குப் பார்வையும், நீண்டகால அணுகு முறையும் கொண்டவர்கள், நடக்கும் விலை மாற்றங்களைத் தனித்துப் (inisolation) பார்க்காமல், மொத்தத்தில் விலைகளின் பயணம் (ஓவரால் டிரெண்ட்)

எப்படி இருக்கிறது என்று பார்ப்பார்கள். அவர்கள் கவனிப்பது, டிரெண்ட் புல்லிஷ்ஷா? அல்லது பேரிஷா?

புல் ரன்னுக்கு எதிர்மறையும், எதிர்மாறான காலமும் உண்டு. அதன் பெயர் 'பேர்ஃபேஸ்' (Bear Phase). இந்தக் காலகட்டத்தில் விலைகள் தொடர்ந்து இறங்கும். கரடிகள் சண்டைகளில் பின்வாங்கித் தாக்கும். பங்குச்சந்தையில் சிலர், பங்குகளை விற்று விற்றே பணம் பார்ப்பார்கள். அவர்கள் பெயர்தான் பேர்ஸ், கரடிகள்.

முன்பே பார்த்திருக்கிறோம். கையில் இல்லாமலே பியூட்சர் மார்க்கெட்டில் விற்கலாம். பின்னர் விலை இறங்கும்போது வாங்கிக் கொடுத்து, நேர் செய்துகொண்டுவிடலாம். இதுவும் நடக்கும். இப்படிப் பலரும் ஷார்ட் போவதால் பங்கு விலைகள் இறங்கும். கையில் பங்குகள் வைத்திருப்பவர்கள், 'என்ன இது விலைகள் இப்படித் தொடர்ந்து இறங்குகிறதே, கையில் இருப்பதை விற்றுக் கிடைக்கிற பணத்தைப் பிடிப்போம்' என்று அவர்களும் விற்பார்கள். இப்படியாக விற்போர் எண்ணிக்கை அதிகமாகிவிடும். வாங்குவோர் குறைந்து குறைந்து ஒரு நேரம் தொடர்ந்து சில ஆண்டுகளுக்குச் சீந்த ஆள் இல்லாமல் போகும்.

முன்பு பார்த்த இரவு பகல் என்ற குறுகிய காலச் சின்ன மாற்றங்கள் இந்தக் காலகட்டத்திலும் நடக்கும். தொடர் இறக்கம் நேர் கோடாக இறங்காது. இடை இடையே உயர்வுகள் வரும். ஆனால் அவை இறங்கியதை விடக் குறைவாக இருக்கும். ஆமாம், Forming lower Tops & Lower lows. உயரும். ஆனால் முந்தைய உயர்வை விடக் குறைவாக இறங்கும். முந்தைய இறக்கத்தை விட அதிகமாக இறங்கும். நீண்ட கால முதலீட்டாளர்கள் பார்க்க வேண்டியது, ஓவரால் டிரண்ட் எப்படி இருக்கிறது என்பதைத்தான். இடையிடையே ஏற்படும் இரவு பகல் மாற்றங்களைப் பார்த்துத் திகைக்க வேண்டாம். எடுத்த முடிவுகளை அடிக்கடி மாற்றிக்கொள்ளவும் வேண்டாம்.

2003 முதல் நம் பங்குச்சந்தைகளில் புல் ரன். தொடர்ந்து நாலே முக்கால் ஆண்டுகள் காளைகள் ஆண்டார்கள். 2008 ஜனவரியில்தான் அது முடிவுக்கு வந்தது. சென்செக்ஸ் 21 ஆயிரம் புள்ளிகளைத் தொட்டது. அந்தச் சமயங்களில்தான் பரஸ்பர நிதிகளால் பெரும் லாபம் காட்ட முடிந்தது. இடையிடையே இறக்கங்கள் வந்தன. ஆனாலும் டிரெண்ட் அப்தான். அதன் பிறகு வந்த பேர்ஃபேஸ்சில் அதே

சென்செக்ஸ் 9000 புள்ளிகளுக்கும் கீழே வந்தது. அது சமயம், பங்கு விலைகள் சரிந்தன.

2013 பாராளுமன்றத் தேர்தலுக்குப் பிறகு மத்தியில் நிலையான மற்றும் முடிவுகள் எடுக்கக்கூடிய நிலையில் உள்ள வலுவான அரசு வருகிறது என்று தெரியவந்ததில் இருந்து பங்குச்சந்தியில் ஏற்றம்தான். 2024 தேர்தல் நேரம் என்ன ஆகும் என்று தெரியவில்லை. ஆனால் 2023 செப்டம்பர் வரை தொடர் ஏற்றம்தான். அதிலும் 2020 மார்ச் கொரானா இறக்கத்திற்குப்பின் உயர ஆரம்பித்தது, நிற்கவேயில்லை.

நாடு	கரன்சி	அக்டோபர் 2023
நைஜீரியா	Naira (CBN)	மதிப்பு (INR) 0.11

18. டெக்னிக்கல் அனாலிசிஸ் ரிஸ்குகளை தவிர்ப்பது

கிரிக்கெட் விளையாடுபவர்கள் எடுப்பது மிகப்பெரிய ரிஸ்க். அதிலும் குறிப்பாக பேட்டிங் செய்யும்போது. மட்டை அடிப்பவர் எடுக்கும் ரிஸ்க் அபரிமிதமானது. அவர் நிற்கும் இடத்திலிருந்து வெறும் 20 அடிதூரத்திலிருந்து ஒருவர் 163 கிராம் எடை இருக்கிற நல்ல கெட்டியான பந்தை, அவரால் இயன்ற வேகத்தில் பேட்ஸ்மெனை நோக்கி வீசுகிறார். அது வரும் வேகம் மணிக்குச் சுமார் 130 கிமீ. சீறிப்பாய்ந்து வரும் அந்தப் பந்து, பேட்ஸ்மெனின் உடலின் எந்தப்பகுதியையும் தாக்கலாம் என்பதுதான் நிலை.

சிலர் வேகப்பந்து வீச்சாளர்கள் பந்து வீசினால், சில பேட்ஸ்மென்களால் எதிரில் இருந்தும் கூட, தன்னைக் கடந்து போகும் பந்தைப் பார்க்கமுடியாதாம். ஒரு விஷ்ஷ்க்க் ஒலி கேட்குமாம். அவ்வளவுதான். பந்து பறந்து போய் விட்டிருக்கும். ஆனாலும் எவ்வளவோ பேர் அடிபட்டுக் கொள்ளாமல் விளையாடுகிறார்கள். காரணம், அவர்கள் போட்டுக்கொள்ளும் உபகரணங்கள், தலைக்கு ஹெல்மெட், காலுக்குப் பேடுகள், கைக்கு கிளவுஸ் இன்னும் சில காப்பான்கள்.

அதுபோல் பங்குச்சந்தை முதலீடு உட்பட, ரிஸ்க் இருக்கும் எதையும் அடிபடாமல் ஆடலாம். ஏற்ற பாதுகாப்பு உபகரணங்களைப் பயன்படுத்தினால் போதும். பங்கு முதலீடுகளில் பெரிய அடிகள் படாமலிருக்க.

டெக்னிக்கல் அனாலிசிஸ் என்ற ஒரு வழிமுறையைக் கண்டுபிடித்து வைத்திருக்கிறார்கள். டெக்னிக்கல் அனாலிசிஸ் என்பது கொஞ்சம் பெரிய சப்ஜெக்ட். அதில் நிபுணர்கள் இருக்கிறார்கள். நன்றாகவே நடக்கும் ஒரு நிறுவனம் திடீரெனச் சிரமத்துக்கு உள்ளாகும். நஷ்டமடையும். அதனால் அந்த நிறுவனப்பங்கு விலைகள் விழும். விழுவது என்றால் நிற்காமல் தொடர்ந்து விழுந்துகொண்டேயிருக்கும்.

உதாரணத்திற்கு, சுஸ்லான் எனெர்ஜி நிறுவனப்பங்கு. அதன் 2008ம் ஆண்டு விலை ரூபாய் 2300. அப்போது அது 10 ரூபாய் முகமதிப்புள்ள பங்கு (Rs 10 paid up), பின்பு அது 2 ரூபாய் பங்காக மாற்றப்பட்டது. (இதை ஸ்டாக் ஸ்பிலிட் என்பார்கள். 10 ரூபாய் நோட்டை சில்லறை மாற்றியது போல, பத்து ரூபாய் முகமதிப்புள்ள பங்கை, ஐந்து 2 ரூபாய் பங்குகளாக மாற்றிக்கொடுப்பார்கள்). நான்கு ஆண்டுகளுக்குப் பிறகு ஒரு 2 ரூபாய் முகமதிப்புள்ள பங்கின் தற்போதைய, சந்தை விலை வெறும் 20 ரூபாய். ஐந்து பங்குகளின் விலை 20*5= ரூ.100

2300 ரூபாய்க்கு வாங்கிய பங்கு வெறும் நூறு ரூபாய்தானா, என்று அதிர்ச்சியாக இருக்கலாம். இதெல்லாம் பங்குச்சந்தையில் சகஜம். சுஸ்லான் மட்டுமல்ல. இப்படி ஒரேயடியாக விலை விழுந்த பங்குகள் ஏகப்பட்டவை உண்டு. இதற்கு மற்றொரு நல்ல உதாரணம், யூனிடெக் பங்கு. 2008ம் ஆண்டு ரூ.546 விற்ற யூனிடெக் பங்கு, 2012ல் வெறும் 34 ரூபாய். எல்லாம் ஸ்டாக் ஸ்பிலிட்டுக்குப் பிறகுதான். இப்படி இன்னும் எத்தனையோ ரத்தினங்கள்.

அப்படியிருந்த விலை, இப்படி ஆகிவிடும். கண் முன்பாகவே தொடர்ந்து இளைக்கும். ஏனடா இந்தப்பங்கை வாங்கினோம் என்று சலித்துக்கொள்ளுவது தவிர, பங்கை வாங்கியவர் வேறு என்ன செய்ய முடியும். இறக்கம் தற்காலிகம்தான் விலை சமாளித்து மீண்டு வந்துவிடும் என்று நம்புவதைத் தவிர. சில சமயங்களில் அவர் நம்பிக்கை சரிவரலாம். முன்பு பார்த்த Higher Lows ஆக இருந்தால் பரவாயில்லை. கொஞ்சம் இறங்கிப் பின் மேலேறிவிடும். ஆனால், சில சமயங்களில் முந்தைய நிலைதான். இறக்கத்தைவிடவும் கூடுதலாக இறங்கும். ஆமாம், Lower lows நிலைதான்.

டெக்னிகல் அனலிஸ்ட்டுகள், டாக்டர்கள் ECG ரிப்போர்ட் பார்ப்பது போல, குறிப்பிட்ட பங்கின் விலை மாற்ற சார்ட்டுகளைப் பார்த்து, "இப்போது இறங்குவது (சகுனம்) சரியில்லையே, முன்பு இறங்கியதைவிட விலைகள்

குறைகின்றன. ஏதோ கெட்ட செய்தி அல்லது பிரச்சினைதான். என்ன என்று தெரியவில்லை. அதனால், கையில் இருக்கும் பங்குகளை விற்றுவிடுங்கள்” என்று சொல்லுவார்கள்.

டெக்னிக்கல் அனலிஸ்ட்டுகளுக்குக் குறிப்பிட்ட நிறுவனம் பற்றி, அதன் செயல்பாடுகள், லாப நஷ்டங்கள் பற்றித் தெரியாது. நிறுவனத்துக்குக் கிடைக்க இருக்கும் அல்லது கிடைக்க இருந்து தவறிப்போன ஆர்டர்கள் பற்றியெல்லாம் தெரியாது. ஆனாலும் தெளிவாக, விலை சார்ட்டுகளை மட்டுமே பார்த்துவிட்டு, வேண்டாம் ஏதோ கோளாறு இருக்கும் போலிருக்கிறது. பங்குகளை விற்றுவிடுங்கள் என்பார்கள். அவர்களைப் பொறுத்தவரை, பங்கு விலைகள்தான் எல்லாம். இன்ன விலை வந்தால் வாங்கவேண்டும். இன்ன விலைக்குக் கீழே போய்விட்டால் விற்றுவிடவேண்டும். அதெப்படி நடக்கிற விலைகளை வைத்து நடக்கப்போகிற விலைகளைக் கணிக்க முடியும் என்று கேட்கலாம்.

கத்திரிக்காய் விளைந்தால் சந்தைக்கு வந்துதான் ஆகவேண்டும் என்பதுதான் அவர்கள் அணுகுமுறையின் அடிநாதம். நிறுவனத்திற்கு வரும் நல்லதோ, கெட்டதோ அதன் பங்கு விலையில் தெரிந்துவிடும். காரணம், அந்த நல்லது கெட்டதைத் தெரிந்தவர்கள், கண்டுபிடித்தவர்கள், பங்குகளை அதன் அடிப்படையில் பெரிய அளவுகளில் வாங்கவோ, விற்கவோ செய்வார்கள். அனலிஸ்டுகள், பங்கு விலைகளைக் கவனமாகப் பார்ப்பார்கள். பின்தொடர்வார்கள். விலைகள் தொடும் மற்றும் தாண்டும் அளவுகளைப் பார்ப்பார்கள். அதன் அடிப்படையில் முடிவுகள் எடுப்பார்கள். முதலீட்டாளர்களுக்கு அறிவிப்பாரகள.

குறிப்பிட்ட விலைக்கு மேலும் பங்கு விலை போகிறது. அதையும் பெருத்த எண்ணிக்கையில் மக்கள் வாங்குகிறார்கள் என்றால், அது ஒரு செய்தியை வலுவாகச் சொல்லுகிறது. அந்தச் செய்தி, ‘நிறுவனத்திற்கு நன்மை வர இருக்கிறது’ என்பதுதான். அதேபோல, விலை இறங்குகிறது. அதேசமயம் அதிக எண்ணிக்கையிலான பங்குகள் வர்த்தகம் ஆகிறது. அனலிஸ்டுகள் புரிந்துகொள்ளும் செய்தி, ‘ஏதோ பிரச்சினை விபரம் தெரிந்தவர்கள் விற்கிறார்கள்.’

செய்திச் சுருக்கம் இதுதான். அதிக எண்ணிக்கையில் நடைபெறும் வர்த்தகங்கள்தான் செய்தி. அதுசமயம் விலைகள், முன் உயர்ந்ததைவிடக் கூடுதலாக உயர்ந்தால்

வாங்கவேண்டும். முன் இறங்கியதை விட அதிகமாக இறங்கினால் விற்கவேண்டும். அதிக எண்ணிக்கையில் இல்லாமல் அல்லது வழக்கமாக நடைபெறும் அளவுக்கும் குறைவான எண்ணிக்கையில் வர்த்தகம் நடக்கும்போது நிகழும் விலை மாற்றங்களுக்கு அவ்வளவு முக்கியத்துவம் இல்லை. (யாரோ செயற்கையாக எதற்கோ முயற்சிக்கிறார்கள் என்று அர்த்தம்).

எல்லாம் சரி, சுஸ்லான் மற்றும் யூனிடெக் நிறுவனங்களில் முதலீடுகள் செய்தவர்களுக்கு டெக்னிக்கல் அனாலிசிஸ் எப்படி உதவியிருக்கும் என்று கேட்கிறீர்களா?

விலை விழ ஆரம்பித்ததுமே, எவ்வளவு தூரம் விழுகிறது என்பதை அனலிஸ்ட் மூலம் தெரிந்துகொண்டு, குறிப்பிட்ட விலையில் ஸ்டாப் லாஸ் போட்டு வைத்து, அதற்கும் கீழ் விலை போக முயற்சிக்கும்போதே விற்றுவிட்டு வெளியில் வந்திருக்கலாம். எப்போதோ வெளியேறியிருக்கலாம். பெரிய நஷ்டங்களைத் தவிர்த்திருக்கலாம். அப்படிச் செய்திருந்தாலும் நஷ்டம்தான். அது கார்டு (காப்பான்) போட்டுக்கொண்டு ஆடியபோது அடிபட்டது போல. பெரிய அடி தவிர்க்கப்படும். கொஞ்சம் வலியோடு பிரச்சினை முடிந்துவிடும். எப்போது வாங்கலாம், எப்போது விற்று விட வேண்டும். என்பதையெல்லாம் சுட்டிக் காட்டுவதுதான் டெக்னிக்கல் அனலிஸ்ட்டுகளின் முக்கிய வேலை.

நாடு	கரன்சி	அக்டோபர் 2023
கோஸ்டா-ரிகா	Colon (CRC)	மதிப்பு (INR) -0.16

19. சிஸ்டமேட்டிக் இன்வெஸ்ட்மென்ட் (SIP) செய்யலாமா?

2008 ஜனவரி மாதம் பங்குச்சந்தை உச்சாணிக் கொம்பில் நின்றது. பின் தவறிக் குப்புற விழுந்தது. அதன் பிறகு வரும் 2013 ஜனவரி மாதத்துடன் முழுதாய் ஐந்து ஆண்டுகள் முடிவு அடைந்தது.

ஐந்து ஆண்டுகளில் கிட்டத்தட்ட அதே அளவு வந்திருந்தாலும், குறியீட்டு எண்கள் மேலும் உயர்வதற்கு வாய்ப்புகள் இருக்கிறது என்று கருதியோர் உண்டு. காரணம். நிறுவனங்களின் வருமானம் அப்படியிருந்தன.

சென்செக்ஸ் PE என்பார்கள். சென்செக்ஸா? அப்படியென்றால் என்று கேட்போர் இருக்கலாம். ஒரு குடும்பம் 2003ம் ஆண்டில் மாதம் ஒன்றுக்கு 4000 ரூபாய்க்கு மளிகைப் பொருட்கள் வாங்கியது என்று வைத்துக்கொள்ளுவோம். அந்தக் குடும்பத்தின் வருமானம் தொடர்ந்து அதிகரிக்கின்றது என்று, குடும்பத்தினர் செலவையும் கூட்டிக்கொண்டே போனார்கள். மாதம் 10 ஆயிரம், 15 ஆயிரம் என்று உயர்த்திக்கொண்டே போய், 2008ம் ஆண்டு மாதம் 21 ஆயிரம் ரூபாய் செலவு செய்தார்கள். அந்த அளவு செலவு தாங்காது என்று, கடன்காரர்கள் விரட்ட, பிரச்சினைகள் அதிகமாகி, மாதம் 8000 என்கிற அளவிற்கு ஒரேயடியாகக் குறைத்துக் கொண்டார்கள்.

பின்பு கடன்கள் குறைந்து. மேலும் சில குடும்ப உறுப்பினர்களும் சம்பாதிக்கத் தொடங்க. ஏற்கனவே சம்பாதிப்பவர்களின் வருமானங்களும் உயர, அந்தக் குடும்பம் மீண்டும் செலவைக் கூட்டியது. டிசம்பர் 2012ல்

அது 19,500 ஆக இருந்தது. அதிகபட்சம் 21,000 தான் வரமுடியும் என்று சிலர் எதிர்பார்த்தார்கள். ஆனால், சென்செக்ஸ் 21,000-ஐ தாண்டியது. சென்செக்ஸ் சில் உள்ள நிறுவனங்களின் (குடும்ப உறுப்பினர்களின்) சம்பாத்தியம் அதிகமானதுதான். 21,000 என்பது ஒரு எண். அவ்வளவுதான். செலவு அதைத் தாண்ட முடியாது என்பதோ, அதைத் தாண்டினால்தான் சரி என்றோ சொல்ல முடியுமா?

சென்செக்ஸ் என்ற குறியீட்டு எண், குடும்பம் செலவு செய்கிறது தொகைக்கு ஒப்பு. அந்தக் குடும்பம் எவ்வளவு வேண்டுமானாலும் செலவு செய்யலாம், ஈட்டுகிற வருமானத்திற்கு ஏற்ப என்பதுபோல, சென்செக்ஸும் எவ்வளவு வேண்டுமானாலும் உயரலாம். வருமானம் குறைந்தால் மீண்டும் செலவு குறையும். எந்த எண்ணும் இறுதியானது அல்ல.

ஒரு பங்கு ஆண்டுக்கு எவ்வளவு லாபம் ஈட்டுகிறது என்பதை EPS என்பார்கள் (Earnings Per Share). அந்த ஒரு பங்குக்கான லாபத்தைப் போல, அந்தப்பங்குச்சந்தையில் எத்தனை மடங்கு விலை விற்கிறது என்று வகுத்துப் பார்த்துச் சொல்லுவதுதான் PE (Price Earning Ratio) கணக்கு. தனிப்பட்ட நிறுவனப் பங்குகளுக்கு அந்த விதமாக, என்ன EPS மற்றும் என்ன இருக்கிறது என்று பார்த்து ஒருவர் பங்குகள் வாங்குவதைப் போல, மொத்தப் பங்குச்சந்தைக் குறியீட்டு எண் என்ன அளவு போகலாம் என்று கணிப்பதற்கும், இந்த PE முறையைப் பயன்படுத்துவார்கள்.

சென்ற அத்தியாயத்தில் பார்த்தது, டெக்னிக்கல் அனாலிசிஸின் ஒரு சிறு பகுதி என்றால், இவை (EPS, PE எல்லாம்) பண்டமெண்டல் அனாலிசிஸின் சிறிய பகுதிகள். 2023ம் ஆண்டு சென்செக்ஸ் 63,250 ஆக இருக்கிற போது அதன் PE, 23 ஆக இருக்கிறது. அப்படியென்றால், சென்செக்ஸ்சில் இருக்கும் 30 நிறுவனங்களின் மொத்த EPS சைப் போல, 23 மடங்கு சென்செக்ஸ் இருக்கிறது என்று பொருள்.

முன்பு 2008 ஜனவரில் சென்செக்ஸ் 21,000 போன போது, அது 26 அளவு PE ஆக இருந்தது. கூடுதல் PE என்பது ஒரு குடும்பம். அது சம்பாதிப்பதைப்போலப் பலமடங்கு செலவு செய்வதற்குச் சமம். நிலைமை தற்சமயம் அப்படியில்லை. காரணம், தற்சமயம் சென்செக்ஸில் இருக்கும் பங்குகள் சம்பாதிப்பது 2008ல் சம்பாதித்ததைவிட அதிகம். அதனால்தான் PE குறைவாக இருக்கிறது. நிறுவனங்கள் சம்பாதிப்பதை மட்டும் வைத்துப் பார்த்தால், குறியீட்டு எண்கள் உயர்வதற்கு இன்னும் இடம் இருக்கிறது. இதை உச்சம் என்று சொல்லமுடியாது.

‘நானும் பார்க்கிறேன், நான் வாங்கிய பங்கு விலை இறங்குகிறது, நான் விற்ற பின்பு அதே பங்குகள் விலை ஏறுகின்றன’ என்று பலரும் சொல்வார்கள். பங்குச்சந்தை என்ற பெரும் கடலில், நாமெல்லாம் சின்னஞ்சிறு சோழிகள். தற்செயலான நிகழ்வுகளை, நமக்கு எதிரான செயல்களாகக் கற்பனை செய்துகொள்ளுகிறோம். எவராலும் மிகச்சரியாக விலை ஏறுவதற்கு முன்பு வாங்க முடியாது. விலை இறங்கும் முன் சரியாக விற்றுவிடவும் முடியாது. இது சந்தையை ‘டைம்’ பண்ணுவதற்கான முயற்சி. தண்ணீரை கையில் பிடிக்கும் முயற்சி போன்றது.

ஒரே ஒரு நிச்சய வழி இருக்கிறது. அதன் பெயர், சிஸ்டமேட்டிக் இன்வெஸ்ட்மெண்ட் பிளான். இதில் இரண்டு வார்த்தைகள் முக்கியமானவை. ஒன்று, இன்வெஸ்ட்மெண்ட் மற்றது சிஸ்டமேட்டிக். வேறு ஒன்றும் பெரிதாக இல்லை. ஒரே நாளில் வாங்காமல், கொஞ்சம் கொஞ்சமாகத் தொடர்ந்து வாங்குவது. அவ்வளவுதான். 100 பங்குகளை லட்ச ரூபாய்க்கு ஒரே தவணையில் வாங்கிவிட்டால், அதன் பிறகு அந்தப் பங்கு விலை இறங்கினால், வருத்தம் வரும். அதேபோல ஒரே தவணையில் 100 பங்குகளை, லட்ச ரூபாய்க்கு வாங்கிய உடனேயே, அந்தப் பங்கு விலை 20% உயர்ந்தால், அடடா இன்னும் கூடுதலாக வாங்காமல் விட்டுவிட்டோமே என்று வருத்தமாக இருக்கும்.

வாங்கிய பிறகு ஏறுமா, இறங்குமா என்று உறுதியாகச் சொல்லமுடியாது. இடைப்பட்ட குறுகிய காலங்களில் எதுவும் நடக்கலாம். அதற்குள் மாறுகிற அரசியல் நிலைமை, வெளிவரும் புள்ளிவிவரங்கள், சர்வதேச நிலைமைகள் என்று எவ்வளவோ இருக்கும். ஆனால், நல்ல நிறுவனங்கள் இடையில் விலைகள் இறங்கினாலும், நீண்ட காலத்தில் நன்றாக இருக்கும் என்கிற முடிவுக்கு வந்தால், அப்படிப்பட்ட பங்குகளை, சிறிய அளவுகளில் குறிப்பிட்ட கால இடைவெளிகளில் சிறுகச் சிறுக வாங்கிக்கொண்டேயிருப்பது ஒரு வழி.

மாதம் ஒரு பங்கு. அல்லது மாதம் 5000 ரூபாய்க்கு என்பது போல, முன்கூட்டியே முடிவு செய்துகொண்ட தேதிகளில் என்ன விலை இருந்தாலும் தேர்ந்தெடுத்த பங்குகளை வாங்குவது. இதுதான் சிஸ்ட்டமேட்டிக் இன்வெஸ்ட்மெண்ட் பிளான். நாமேதான் செய்யவேண்டும் என்பதில்லை. பல பங்குத் தரகு நிறுவனங்களும், வங்கிகளும் கூட இப்படிப்பட்ட திட்டங்களை வைத்திருக்கிறார்கள். அதில் சேர்ந்துவிட்டால் போதும். மாதம் 5000 என்பது ஒரு உதாரணம்தான். மாதம் 100 ரூபாய் என்கிற அளவில் கூட இந்தத் திட்டத்தில் சேரலாம்.

நாடு	கரன்சி	அக்டோபர் 2023
தென்கொரியா	Won (KRW)	மதிப்பு (INR) -0.062

20. பரஸ்பர நிதிகள் என்ன எப்படி செய்கின்றன?

தானே ஆராய்ந்து பங்குகள் தேர்வு செய்து. வாங்கி, சரியான நேரத்தில் விற்று லாபம் பார்க்க முயல்வது. தானே சமைப்பது போல. பலரும் செய்வது அதைத்தான். கூடுதலோ குறைவோ, வெந்ததோ வேகாததோ, தானே சமைத்துச் சாப்பிடுவதில்தான் சிலருக்குத் திருப்தி.

வேறு சிலர் எனக்குச் சமைக்கத் தெரியாது அல்லது எனக்குச் சமைக்க நேரமில்லை. எனக்குத் தேவை சாப்பாடு. அதை வாங்கிக்கொண்டால் என்ன என்று யோசிப்பவர்கள். அப்படிப்பட்டவர்களுக்கான திட்டங்கள்தான், பரஸ்பர நிதிகள். சில கூட்டங்களில் இப்படிப்பட்ட கேள்விகள் வரும். 'பரஸ்பர நிதிகள் முழுக்க சேப் தானே. மியூட்சுவல் பண்டில் போடும் பணம் பத்திரமாக இருக்கும்தானே?'

இதற்கு நான் சொல்லும் பதில் என்ன தெரியுமா?

அவையும் பங்குச்சந்தையின் ஏற்ற இறக்கங்களுக்கு உட்பட்டவைதான். என்ன, அவற்றைக் கையாளுகிறவர்கள் விபரம் தெரிந்தவர்கள். அவ்வளவுதான். காரணம். தனி முதலீட்டாளர்கள் முதலீடு செய்கிற அதே பங்குச்சந்தையில்தான் பரஸ்பர நிதிகளும் முதலீடுகள் செய்கின்றன. அதனால் உலகளாவிய அல்லது தேசத்தின் அல்லது நிறுவனம் சார்ந்த பிரச்சினைகளால் பங்கு விலைகள் பாதிக்கப்படும்போது, அவற்றில் முதலீடு செய்திருக்கும் பரஸ்பர நிதிகள் மட்டும் தனித் தீவாக இருக்க முடியாது.

வெறும் கையால் கேட்ச் பிடிப்பதற்கும், கிளவுஸ் போட்டுக்கொண்டு கேட்ச் பிடிப்பதற்குமான வித்தியாசம் மட்டுமே இருக்கும். பரஸ்பரநிதிகளில் இருக்கும் கிளவுஸ் என்பது, அந்நிறுவனத்தின் பண்ட் மேனேஜர். ஏதோ தொழில், வியாபாரம் அல்லது முழுநேர வேலை செய்துகொண்டிருப்பவர் பங்குச்சந்தையில் வர்த்தகம் செய்வதற்கும், பண்டு மேனேஜர்கள் வாங்கி விற்பதற்கும் வேறுபாடு உண்டு. காரணம் பண்டு மேனேஜர்கள் இதற்காகவே படித்தவர்கள். இதற்காகவே தேர்ந்தெடுக்கப்பட்ட திறமைசாலிகள். எல்லா நேரமும் கண்கொத்திப் பாம்பாகச் சந்தையின் போக்குகளையும், சந்தையைப் பாதிக்கும் மற்றவற்றையும் இடைவிடாது கண்காணிப்பவர்கள். இதனால் அவர்கள், சரியான முடிவுகள் எடுக்கும் சாத்தியம் கூடுதல். மேலும் காரணங்கள் சொல்லுவதென்றால், அவர்கள் உணர்வு வசப்படாமல் சரியான முடிவுகள் எடுக்கலாம். உணர்வு வசப்படுவது என்றால், ‘அட, அவ்வளவு விலைக்கு வாங்கியது. அதையா நஷ்டத்திற்கு விற்பது’ என்பதுபோல யோசிப்பது.

தனிநபர்கள் இப்படித்தான் யோசிப்பார்கள். விலை மேலும் இறங்கப்போகிற பங்குகளை, சரியாகிவிடும் என்று நினைத்து, விற்காமல் வைத்திருப்பார்கள். முன்பு பார்த்த யூனிடெக், சுஸ்லான் பங்குகளைப் போல. ஆனால் பண்டு மேனேஜர்கள், மருத்துவ சர்ஜன்கள் போலத்தான். ‘மற்ற பகுதிகளுக்கும் பரவக்கூடிய பிரச்சினையா? வெட்டு அந்தப் பாகத்தை’ என்று முடிவெடுப்பார்கள். ‘அறுவை சிகிச்சை என்றால் வலிக்குமே, பாவம். இன்னும் கொஞ்சம் மருந்து மாத்திரைகளிலேயே முயற்சிப்போமே’ என்று கருணை காட்டி வளரவிடமாட்டார்கள்.

நிதிகளிலே இரண்டு வகை

பரஸ்பர நிதிகளில் இரண்டு வகைகள் உண்டு. ஒன்று, பங்குச்சந்தைகளில் முதலீடு செய்யும் நிதிகள். மற்றொன்று கடன் பத்திரங்களில் முதலீடு செய்பவை. இரண்டிலும் கலந்து செய்யும் மியூச்சுவல் பண்டுகள் இல்லையா என்றால், அதுவும் உண்டு. அவற்றை ஹைபிரிட் என்பார்கள். மேலே பார்த்த பங்குச்சந்தையின் ஆபத்துகள், முதல் வகை மியூச்சுவல் பண்டுகளில் மட்டும்தான். அவற்றை ஈக்குவிட்டி ரிலேட்டட் என்பார்கள்.

இவற்றில் முதலீடு செய்தால், நேரடியாகப் பங்குகளில் முதலீடு செய்யும் போது கிடைக்கிற வரிச்சலுகைகள் கிடைக்கும்.

அதாவது பண்டு நடத்தும் நிறுவனம், லாபத்திலிருந்து டிவிடெண்ட் கொடுத்தால் அதற்கு வருமான வரி கிடையாது. இந்தவகை பண்டுகளை ஓராண்டு வைத்திருந்து விட்டு விற்றால், அதில் லாபம் (கூடுதல் விலையில் விற்பதால் கிடைக்கிற முதல் பெருக்கம்) கிடைத்தால், அந்தக் கேப்பிடல் கெயினுக்கு வரி கிடையாது.

ஆக இவ்வகை பரஸ்பர நிதி என்பது, பங்கு முதலீடு போலவேதான். எதை எப்போது வாங்குவது விற்பது போன்றவற்றை பண்டு மேனேஜர் பார்த்துக்கொள்வார். ஆண்டு இறுதியில் நிறுவனம் லாபத்தைக் கணக்கிட்டுப் பார்த்து டிவிடெண்ட் கொடுக்கும். லாபம் இல்லாவிட்டால் கொடுக்காது.

அடுத்த வகைப் பண்டுகள், பலவகைக் கடன் பத்திரங்களில் முதலீடு செய்து அதில் கிடைக்கும் லாபத்தைப் பகிர்ந்து கொடுக்கும். கடன் பத்திரங்களில் போடப்படும் பணம் பங்குகளில் போடுவதை விடப் பாதுகாப்பானது. ஆனால் அவை ஓரளவுதான் வருமானம் தரும். நம்மால் மிக அதிகமாக வட்டி தரும் நல்ல நிறுவனங்களைக் கண்டுபிடித்து முதலீடு செய்யமுடியாது என்பதால், அந்தத் தேவையைப் பலரும், பரஸ்பர நிதிகள் மூலம் நிறைவு செய்துகொள்ளுகிறார்கள். நம் நாட்டில் இருக்கும் பரஸ்பர நிதிகளில் போடப்படும் பணத்தில் பெரும்பகுதி, இந்த வகைக்குள்தான் போகின்றன.

வருமானத்திற்கும், டிவிடெண்ட் மற்றும் மியூட்சுவல் பண்டை விற்கும் போது கிடைக்கும் லாபத்திற்கும் வருமான வரி உண்டு. நிறுவனம் மக்களிடம் பணத்தை வாங்கிப் பங்குகளிலோ அல்லது கடன் பத்திரங்களிலோ (அல்லது அதில் கொஞ்சம் இதில் கொஞ்சம் என்றோ) முதலீடு செய்கிறார்கள். லாபம் பார்க்கிறார்கள். டிவிடெண்ட் கொடுக்கிறார்கள். அது தவிர, விற்கும்போது எப்படி லாபம் கிடைக்கும் என்று கேட்கலாம். குறைந்த விலைகளுக்குப் பங்குகள் வாங்கி, அதன்பிறகு பங்கு விலைகள் உயர்ந்துவிட்டால், அந்த நிறுவனத்தின் வளம் அதிகமாகிவிடும். இதை எதிர்பார்த்துத்தான் பண்டு மேனேஜரும் சரி, முதலீட்டாளர்களும் இருக்கிறார்கள்.

அப்படி நடந்தால், அந்தக் குறிப்பிட்ட நிதியில் போடப்பட்ட பணம் பெருகியிருக்கும். அதை நிகரச் சொத்து மதிப்பு என்ற பொருளில் நெட் அசெட் வேல்யு (NAV) என்று அழைப்பார்கள். கடன் பத்திரங்களில் முதலீடு செய்கிற போதும், பிரித்துக் கொடுத்த வட்டி போக, மீதம் நிதியிலேயே

இருக்கும். அதனால் NAV கூடும். தவிர, எல்லா நிதிகளும் அவ்வப்போது அல்லது ஆண்டுக்கு ஆண்டு லாபத்திலிருந்து டிவிடெண்ட் கொடுப்பதில்லை. மாறாக பிக்செட் டெபாசிட்டில், முதிர்வின் போது வாங்கிக்கொள்ளுகிறேன் என்று விட்டுவைப்பதுபோல விட்டுவிடுவார்கள். அந்த வகை பண்டுகளின் பெயர் குரோத் பண்டுகள். அவற்றின் NAV பெருத்துக்கொண்டே போகும். உதாரணத்திற்கு, HDFC குரோத் பண்ட், குரோத் ஆப்ஷனின் NAV 92 ரூபாய்.

விற்க வாங்க...

பங்குகளை NSE மற்றும் BSE போன்ற சந்தைகளின் புரோக்கர்கள் மூலம் விற்கலாம், வாங்கலாம் என்பது தெரியும். பரஸ்பர நிதிகளை எங்கே வாங்குவது விற்பது என்ற கேள்வி வருகிறதா?

பண்டு வெளியிடப்படும்போது IPOவில் வாங்கலாம். குளோசுடு எண்ண்டட் விண்ணப்பிப்பது போல, ஓப்பன் எண்டட் திட்டங்களில் அதன் பிறகும் கூட அதே நிறுவனத்திடமிருந்து அவ்வப்போது நிலவும் NAVக்கு ஏற்ப விலைகளில் வாங்கலாம். விற்கலாம். வாங்கினால் ஒரு விலை. நாம் விற்றால் அதைவிடச் சற்றுக்குறைவு.இது தவிர, குளோஸ்டு எண்டட் திட்டங்கள் உள்ள பண்டுகளை வாங்குவதென்றால் NFO நேரம். அதை விட்டுவிட்டால் அதன் பிறகு பங்குச்சந்தைகளில் பங்குகளை வாங்குவதைப் போல நடப்பு விலைக்கு வாங்கலாம். விற்கலாம்.

நாடு	கரன்சி	அக்டோபர் 2023
லாவோஸ்	Kip (LAK)	மதிப்பு (INR) -0.0040

21. கமாடிட்டி சந்தையில் கலக்குவது எப்படி?

சென்னை தியாகராய நகரில் ஒரு ஸ்டேஷனரி ஷாப் இருந்தது. சமீபத்தில் அவர் கடையில் பழங்களை விற்கத் தொடங்கினார். படிப்படியாக ஸ்டேஷனரி பொருட்கள் குறைந்து, கடையின் முழு வியாபாரம் 'பழம்' ஆனது. தெளிவாகக் காரணம் சொன்னார். "நான் ஏன் கடை வைத்திருக்கிறேன்? வியாபாரம் செய்து லாபம் பார்க்கத்தானே? ஸ்டேஷனரியில் கிடைக்கவில்லை. பழத்தில் கிடைக்கும் என்றார்கள். செய்து பார்த்தேன். சரியாக வருகிறது அவ்வளவுதான்."

ஷேர் மார்க்கெட்டையும் சிலர் அப்படித்தான் பார்க்கிறார்கள். லாபம் பார்க்கத்தான் இந்த வர்த்தகம். ஷேர் போலவே எளிதாக, பகுதிநேர வேலையாக, வீட்டில் இருந்தபடியே செய்யக்கூடிய வர்த்தகமான கமாடிட்டீஸ், இப்போது ஷேர் வர்த்தகம் செய்பவர்களிடையே பிரபலம். விலை ஏறும் முன்பாக வாங்கி, விலை உயர்ந்த பின் விற்று லாபம் பார்ப்பது மற்றும் விலை உயர்ந்து இறங்க இருக்கும் தறுவாயில் விற்று, விலை இறங்கிய பிறகு அதையே வாங்கி, அதன் மூலம் லாபம் பார்க்கிற இரண்டு வழிகளுமே, கமாடிட்டீஸில் சாத்தியம்.

வேறுபாடு வாங்கி விற்கப்படும் பொருள். அங்கே பல்வேறு நிறுவனங்களின் பங்குகள். இங்கே பல்வேறு மூலப் பொருட்கள், தங்கம், வெள்ளி, அலுமினியம். கச்சா எண்ணெய் மற்றும் விவசாய விளை பொருட்கள்.

பங்குகளைத் தேசியப் பங்குச்சந்தை (BSE) மற்றும் மும்பை பங்குச்சந்தையின் (NSC) தரகர்கள் மூலம் வாங்கலாம், விற்கலாம். கமாடிட்டிகளை மல்டி எக்ஸ்சேஞ்ச் (MCX) மற்றும் நேஷனல் கமாடிட்டி எக்ஸ்சேஞ்சின் (NCDX) தரகரின் மூலம் வாங்கலாம், விற்கலாம்.

கமாடிட்டிகளைப் பெரும் பிரிவுகளாக இப்படிப் பிரிக்கலாம்: முதலாவது புல்லியன். இதில் தங்கம் மற்றும் வெள்ளி.

இரண்டாவது மெட்டல்ஸ். இதில் காப்பர், அலுமினியம் போன்றவை அடங்கும்.

மூன்றாவது எனர்ஜி. இந்தப் பிரிவில் கச்சா எண்ணெய், இயற்கை எரிவாயு போன்றவை.

நாலாவதாக விவசாய விளைபொருட்கள். மிளகு, மஞ்சள், பருப்பு வகைகள், உருளைக் கிழங்கு போன்றவை.

என்னது உருளைக்கிழங்குக் கூடவா என்று வியப்பாக இருக்கலாம். 15 நாட்களுக்குள் கெட்டுவிடும் பொருட்களுக்குத்தான் இங்கே அனுமதி இல்லை. அதனால் உருளைக்கு உண்டு.

பங்குகளைப் போலன்றி, பொருட்கள் சந்தையில், ஒரே பொருளே, பல்வேறு அளவு(லாட் சைஸ்)களில் கிடைக்கும். உதாரணத்துக்கு மெகா கோல்டு 100 கிராம், கோல்ட் குனியா 8 கிராம். சாதாரண முதலீட்டாளர்களால் இவற்றையெல்லாம் வாங்க வாங்க முடியுமா என்று சிலர் யோசிக்கலாம். பங்குச்சந்தையின், பியூட்சர்ஸ் வர்த்தகம் போன்றதுதான் கமாடிட்டீஸ் வர்த்தகம். வாங்கும்போது மொத்தப் பணமும் கொடுக்க வேண்டாம். மார்ஜின் பணமாக ஒரு சிறிய தொகை கட்டினால் போதும். உதாரணத்துக்கு, ஒரு கிலோ வெள்ளி அக்டோபர் 26, 2023ல் ரூ.77000 விற்றது. 1கிலோ வாங்க விரும்புகிறவர்கள் அதற்குச் சுமார் ரூ.15400 கட்டினால் போதும். அதன் பிறகு வெள்ளி விலை உயர்ந்தால், வாங்கியவர் மேற்கொண்டு எதுவும் தர வேண்டாம். விலை இறங்கினால் மட்டுமே, மேலும் சிறிது மார்ஜின் பணம் கட்ட வேண்டி இருக்கும்.

யூனிட் என்பது வாங்கும் விற்கும் அளவு. 'ஓப்பன்' என்பது அன்றைய தினம் வர்த்தகம் தொடங்குகையில் இருந்த விலை. ஹை என்பது அன்றைய தினம் வர்த்தகம் நடந்த அதிகபட்ச விலை. லோ என்பது அன்றைய தினத்தின் குறைந்தபட்ச விலை.

பங்குச்சந்தை போலத்தான் வாங்கிய மாதத்துக்குள் வாங்கியதை விற்றும், விற்றதை வாங்கியும் நேர்செய்து கொள்ள வேண்டும். பங்குச்சந்தையின் F & O போலத்தான் வாங்கிய மாதத்துக்குள் விட வேண்டும். பங்குச்சந்தையில் F & O அதிகபட்சம் மூன்று மாதங்கள்தான். கமாட்டியில் ஆறு மாதங்கள் வரை உண்டு. F & O இறுதிநாள் பங்குச்சந்தையில் மாதத்தின் கடைசி வியாழக்கிழமை. கமாடிட்டீஸில் மாதத்தின் கடைசிநாள். அதுவும் பொருளுக்குப் பொருள் மாறுபடும். வாங்கி விற்றதற்குத் தரகர் கமிஷன் உண்டு. ஆனால், பங்குச்சந்தை போல எஸ்.டி.டி. கிடையாது. சர்வீஸ் டேக்ஸ் உண்டு. கமாடிட்டிகளை வாங்கி வைத்திருந்து விற்று லாபம் பார்த்தால் வருமான வரி உண்டு. விரும்பினால் கமாடிட்டிகளை டெலிவரி எடுக்கலாம்.

தங்கம் என்றால் நான்கு வகைகள். மெகா என்பது 100 கிராம் தங்கம், மினி என்பது 10 கிராம். குனியா என்பது 8 கிராம். கமாடிட்டியில் 1 கிராம் தங்கத்தைக் கூட வாங்க முடியும். அதன் பெயர் பெட்டல் (இதழ்). ஒரு கிராம் தங்கம் வாங்க ரூ.200 மார்ஜின் போதும். வெள்ளியைப் பொறுத்த வரை மெகா என்பது முப்பது கிலோ. வெள்ளி மினி 5 கிலோ. வெள்ளி மைக்ரோ 1 கிலோ. இது தவிர சில்வர் 1000 என்ற ஒரு வகையும் உண்டு.

பங்குகள்போல ரோல் ஓவர்தான் செய்ய வேண்டும் என்கிற கட்டாயம் இல்லை. விரும்பினால் டெலிவரி கேட்கலாம். அவர்கள் குறிப்பிடும் இடங்களில் டெலிவரி பெற்றுக் கொள்ளலாம். சில தரகர்களிடம் மட்டும் இந்த வசதி இருக்கிறது. பங்குகளுக்கு வர்த்தகக் கணக்கு தொடங்குவது போலவே, கமாடிட்டிக்கும் தனியாகக் கணக்கு ஆரம்பிக்க வேண்டும். வழக்கமான தேவைகள்தான். வருமான வரிக் கணக்கு, முகவரி அட்டை, வங்கிக் கணக்கு போன்றவை.

பங்குகளை விட்டுவிட்டு ஏன் கமாடிட்டியில் வர்த்தகம் செய்ய வேண்டும் என்ற கேள்வி வரலாம். இவையும் வர்த்தகப் பொருட்கள். இவற்றிலும் விலை ஏற்ற இறக்கங்கள் உண்டு. வாய்ப்பு இருக்கிறது. அதனால்தான். பங்கு வர்த்தகமும் செய்யலாம். கூடவே கமாடிட்டியிலும் செய்யலாம். ஒரே தரகர் இரண்டு வகையிலும் உதவ முடியும். கமாடிட்டியில் வர்த்தக நேரம் அதிகம். பங்குகள், பங்குச்சந்தைகள், தரகர்கள், செபியின் கட்டுப்பாட்டுக்கு உட்பட்டவர்கள். கமாடிட்டியினர் பார்வர்டு மார்க்கெட் கமிஷனால் கண்காணிக்கப்படுபவர்கள்.

கமாடிட்டியில் அந்நிய முதலீட்டாளர் (FIIக்கள்) கிடையாது. இன்னும் அனுமதி வழங்கப்படவில்லை. பெரும்பாலான பெரிய ஊர்களில் கமாடிட்டி வர்த்தகம் செய்ய முடியும். தரகர்கள் இருக்கிறார்கள். தவிர, வீட்டில் இருந்தபடியே இணையம் மூலமும், ஆன்லைன் வர்த்தகம் செய்யலாம். கமாடிட்டி என்பது எந்த ஒரு தனிப்பட்ட நிறுவனத்தின் பொருள் அல்ல. பங்குகள் போல ஒரு நிறுவனத்தின் லாப நஷ்டங்களைப் பொறுத்து விலை மாற்றம் அடைவதில்லை. பெரும்பாலானவை உலகளாவிய பொருட்கள். உதாரணத்துக்கு, தங்கம், கச்சா எண்ணெய்.

சிலர் பங்கு விலைகளில் விளையாடுவதைப் போல எவராலும் இப்படிப்பட்ட பொருட்களை வாங்கிக் குவித்து, விலையேற்றவோ, தொடர்ந்து விற்று விலை இறக்கவோ முடியாது. இந்தப் பொருட்களின் தேவைகளை எவரும் தனியாகவோ, கூட்டுச் சேர்ந்தோ பெரிய அளவுகளில் மாற்ற முடியாது. அதனால் மிகப்பெரிய வீழ்ச்சிகள், ஏற்றங்கள் நிகழ்வது அரிது.

சில பங்குகளின் விலைகள் ஒரேயடியாக எழுபது, எண்பது சதவிகிதம் எல்லாம் விழுந்து ரூபாய்க்கு 20, 30 காசுகள் மதிப்புள்ளவையாக ஆகி விடுவதுபோல கமாடிட்டிகளில் ஆகும் வாய்ப்பு மிகக் குறைவு. கமாடிட்டிகளில் டிவிடெண்ட் கிடையாது. வாங்கினோம், தூக்கி உள்ளே வைத்தோம் என்று நீண்ட காலத்துக்கு விட முடியாது. டெலிவரி எடுத்தால்தான் அப்படிச் செய்ய முடியும். கமாடிட்டியிலும் பணம் பண்ணலாம். அதைப் புரிந்துகொண்டு, சரியான முடிவுகள் எடுத்தால்.

நாடு	கரன்சி	அக்டோபர் 2023
வியட்நாம்	Dong (VND)	மதிப்பு (INR) -0.0034

22. பங்குச்சந்தை பர்சனாலிட்டிகள்

சச்சின் டெண்டுல்கர், மடோனா, விஸ்வநாதன் ஆனந்த், மைக்கேல் ஜோர்டான் ஐன்ஸ்டீன், சீனிவாச ராமனுஜம், பால சரஸ்வதி, எஸ்.பாலச்சந்தர், மைக்கேல் ஜாக்ஸன் இவர்கள் எல்லோருமே தாங்கள் தேர்ந்தெடுத்த துறைகளில் மாஸ்டர்கள். இவர்களை 'எக்ஸ்செலென்ஸ்' என்பார்கள். 'எக்ஸ்செலென்ஸ்' என்றால், மற்றவர்களை விடச் சிறப்பாகச் செய்வது. தவிர, எப்போது செய்தாலும் சிறப்பான தரத்துடனேயே செய்வது. மேலும், அதே உயர்ந்த விதமாகத் தொடர்ந்து நீண்டகாலத்துக்குச் செய்வது. மூன்றும் சேர்ந்ததுதான் 'எக்ஸ்சலென்ஸ்'.

கரடிகளும் காளைகளும் புகுந்து விளையாடும். கொஞ்சம் ஆசைப்பட்டால் அல்லது அச்சப்பட்டால் குப்புறத்தள்ளிவிடும் பங்குச்சந்தையில், எவரேனும் எக்ஸலென்ஸ் என்ற நிலையை அடைந்திருக்கிறார்களா? தொடர்ந்து மற்ற எவரையும்விடச் சிறப்பாக நீண்டகாலமாக முதலீடு செய்து லாபம் பார்த்திருக்கிறார்களா?

அப்படிப்பட்ட ஒருவர் வாரன் பஃபெட்

ஹர்ஷத் மேத்தா என்பவரும் இருந்தார். ஆனால், அவர் சம்பாதித்தது சரியான வழியில் இல்லை. தவிர நிலைக்கவும் இல்லை. சிறைக்கு அனுப்பப்பட்டார். இறந்தும் போய்விட்டார்.

கேத்தன் பரீக் என்று மற்றொருவர். தற்சமயம் கோர்ட்டுக்கும் அலைந்து வீட்டுக்குமாக கொண்டிருக்கும் இவர் மீதும்

பங்குச்சந்தையில் தவறுகள் செய்ததாக வழக்குகள் இருக்கின்றன. நேரடியாகப் பங்கு வர்த்தகத்தில் ஈடுபட இவருக்குத் தடை போட்டிருக்கிறார்கள். முந்தைய டெக்னாலஜி பூம் ஆனபோது, இவர் வாங்கும் பங்குகளுக்கு கே 10 என்று பெயர். அவை மிக அதிகமாக விலை உயர்ந்தன. பின்பு விழவும் செய்தன. அதே அளவு அதிகமாக.

வாரன் பஃபெட்தான் பங்குச்சந்தையில் பணம் செய்தவர்கள் என்ற பட்டியலில் நல்ல பெயருடன் பல ஆண்டுகளாக ஒய்யாரமாக அமர்ந்திருக்கும் ஒரே நபர். உலகின் நெ.1 பணக்காரராக 2008ம் ஆண்டு இருந்திருக்கிறார். சமீப ஆண்டுகளில் இரண்டாம் மூன்றாம் இடங்களில் இருக்கிறார். அவரது சொத்தில் ஓரளவை ஏற்கனவே தர்மத்திற்குக் கொடுத்துவிட்டவர். மேலும் அவரது இறப்பிற்குப்பின், அவரது மொத்தச் சொத்தில் 99% பணத்தை, பில்கேட்ஸ் பவுண்டேஷன் மூலமாகச் சமூக சேவைக்குக் கொடுப்பதாக எழுதிவைத்து விட்டவர். இவருடைய தனிப்பட்ட சொத்து மதிப்பு சுமார் 117 பில்லியன் டாலர்கள். ரூபாய் கணக்கில் ரூ. ஒன்பது லட்சத்து 53 ஆயிரம் கோடி.

வயது 92 ஆகிற வாரென் பஃபெட் ஒரு அமெரிக்கர். சில ஆண்டுகளுக்கு முன் மனைவியை இழந்தவர். படாடோபம இல்லாத வாழ்க்கை வாழ்பவர். 'வேல்யு இன்வெஸ்டிங்' என்ற முறைக்குப் பெயர் போனவர். தேர்ந்தெடுத்து வாங்குவார். வெகுகாலம் வைத்திருப்பார். பலன் பெறுவார். இதுதான் இவரது வேல்யு இன்வெஸ்டிங் முறை.

வாரன் பஃபெட்டின் தந்தை ஒரு பங்குத் தரகர். பள்ளிப்பருவத்திலேயே சிறு வியாபாரங்கள் செய்து காசு சேமிக்கும் பழக்கம் உடையவர் பஃபெட். சேமித்த பணத்தில் முதன் முதலாக வாங்கிய பங்கு சிட்டீஸ் சர்விஸ் என்ற நிறுவனத்தின் பங்கு. அப்போது அவருக்கு வயது பதினொன்று. அவர் வாங்கிய விலை 38%. வாங்கிய பங்குகளின் எண்ணிக்கை மூன்று. தவிர, அவருடைய சகோதரிக்கு மற்றொரு 3 பங்குகளை வாங்கியிருக்கிறார்.

அவர் வாங்கிய பின் அந்தப் பங்கின் விலை இறங்கியது. ஒரு நேரம் வெறும் 27%க்கே வந்துவிட்டது. வாரன் காத்திருந்தார். 37% வந்தது. பின்பு 40%ம் வந்தது. உடனே விற்று விட்டார். பங்கு ஒன்றுக்கு லாபம் 3%. அதே பங்கின் விலை பின்பு ஒரு நேரம் 200% வந்தது. விட்டுவிட்டோமே என்று வாரனுக்கு வருத்தம்தான். ஆனால் அவர் செய்துகொண்டது புத்தி கொள்முதல். தேர்ந்து வாங்கினாயா? நல்ல நிறுவனமா? காத்திரு.

முன்பு அவருக்குக் கல்லூரியில் வகுப்பெடுத்த பென் கிரகாம் நடத்திய நிறுவனத்தில் பங்குகள் அனலிஸ்ட்டாக வேலைபார்த்த வாரன் பஃபெட், பின்னர் 95ம் ஆண்டு, அவரது 25வது வயதில் பஃபெட் பார்ட்னர்ஷிப் என்ற நிறுவனத்தை, தெரிந்தவர்களிடம் வாங்கிய லட்சம் டாலர் பணத்துடன் தொடங்கினார். அந்த நிறுவனம் ஹாத்வே பெர்க்ஷயர் என்ற டெக்ஸ்டைல் நிறுவனத்தில் முதலீடு செய்தது. பின்னர் அந்த நிறுவனம் முழுவதுமே வாரன் பஃபெட் நிறுவனத்தின் வசம் வந்தது. 1969ல் தனது சொந்த நிறுவனத்தை மூடிவிட்டு, ஹாத்வே பெர்க்ஷயர் நிறுவனத்தின் தலைவரானார். இப்போதும் அவர் ஹாத்வே பெர்க்ஷயர் முதலீட்டு நிறுவனத்தின் தலைவர்தான். அந்த நிறுவனத்தில் அவருடைய பங்குகள் கொடுக்கிற லாபம்தான் இவ்வளவும்.

வாரன் பஃபெட் அளவுக்கு இல்லை என்றாலும், பேசப்படுகிற அளவு மற்றொருவரும் இருக்கிறார். அவர் பெயர் ஜார்ஜ் சோரோஸ். ஹங்கேரி நாட்டைச் சேர்ந்தவர் சோரோஸ். இவருக்கும் பஃபெட் வயதுதான் 83. சோரோஸ் பண்ட் மேனேஜ்மெண்ட் என்ற நிறுவனத்தின் தலைவராக இருக்கிறார். பணம் சம்பாதித்தவர் என்ற அளவில் வேண்டுமானால் அவர் பெயரை இங்கே குறிப்பிடலாம். மற்றபடி இவருக்கு அவ்வளவு நல்ல பெயர் இல்லை.

ஜார்ஜ் சோரோஸ்

வாரன் பஃபெட் பங்குகளில் தேர்ந்த முதலீட்டாளர் என்றால், இவர் சர்வதேச கரன்சிகளில் தேர்ந்த வர்த்தகர் (டிரேடர்). இவருடைய பணம் பண்ணும் தியரியின் பெயர், ரிலெக்ஸி விட்டி. 1992 ல் யு.கே யின் பவுண்ட்டில் ஷார்ட் அடித்து

5000 கோடி ரூபாய்க்கு மேல் அந்த ஒரே வர்த்தகத்தில் சம்பாதித்தவர். (நமது ரிசர்வ் வங்கி போன்ற) பேங்க் ஆப் இங்கிலாந்தின் முதுகை உடைத்தவர் என்ற (கெட்ட) பெயரும் இவருக்கு உண்டு.

மீண்டும் 1997ல் ஆசிய பைனான்சியல் கிரைசிஸ்சின் போதும் இவர் பெயர் அடிபட்டது. தாய்லாந்தின் ஃபட் கரன்சியைக் கதற விட்டவர் இவர் என்பார்கள். 1989ல் பிரான்ஸ் நாட்டின் பொதுத்துறைப் பங்குகள் விற்பனை செய்ததில் நடந்த முறைகேடுகளிலும் இன்சைடர் டிரேடிங் போன்ற குற்றச்சாட்டுகள் இவர் மீது சுமத்தப்பட்டன.

அதிகம் பேசப்பட்ட, கவனிக்கப்பட்ட இந்தியப் பங்குச்சந்தைப் பர்சனாலிட்டி ராகேஷ் ஜுன்ஜுன் வாலா. இவரை இந்தியாவின் வாரன் பஃபெட் என்று சொல்பவர்களும் உண்டு. இவர் ஆகஸ்ட் 2022ல், அவரது 62 வது வயதில் மறைந்தார்.

ராகேஷ் ஜுன்ஜுன் வாலா

இவரும் பல ஆண்டுகளாக இந்தியப் பங்குச்சந்தைகளில் முதலீடு செய்து கணிசமான பணம் பார்த்தவர். மும்பை மலபார் ஹில்ஸ்சில் வசித்த இவர் ஒரு சார்ட்டட் அக்கவுண்டண்ட். ரேர் எண்டர்பிரைசஸ் என்று ஒரு நிறுவனம் நடத்தி வந்தார். இவரது முழு நேர வேலை பங்குச்சந்தைதான். ராதாகிஷன்தமானிதான் இவரின் பங்குச்சந்தை குரு. கல்லூரி நாட்களில் இருந்தே பங்கு வர்த்தகத்தில் ஈடுபட்டார். டாடா பவர் மற்றும் ஷேச கோவா போன்ற பங்குகளில் தொடக்கத்திலேயே நல்ல லாபம் பார்த்தவர். நீண்டகால முதலீட்டில் நம்பிக்கை வைத்திருந்தவர்.

23. எச்சரிக்கையும் வாழ்த்துகளும்

முன்பு எல்லோரும் பங்கு வர்த்தகத்தில் ஈடுபட்டதில்லை. காரணம், அதைப் பற்றித் தெரியாது. சொல்லிக் கொடுக்க ஆட்களில்லை. ஆனால் தெரிந்து செய்தவர்கள் லாபம் பார்த்தார்கள். தொடர்ந்து செய்கிறார்கள். இப்போது நிலைமையில் பெரிய மாற்றம். எவ்வளவு குறைந்த அளவு பணம் வைத்திருப்பவர்களும் வரலாம். செய்முறைகளும் எளிது. ஆனால், யதார்த்தத்தில் இப்போது பணம் பண்ணுகிறவர்களைக் காட்டிலும் பணத்தைத் தொலைப்பவர்கள் எண்ணிக்கையில் அதிகம்.

இதற்குக் காரணங்கள் பல. அவற்றில் ஒன்று, பங்குச்சந்தை பற்றி அதில் ஈடுபடுபவர்களின் எண்ணமும். அணுகுமுறைகளும். இதுவரை பங்குச்சந்தையில் ஈடுபட்டதில்லை, இனி முயற்சிக்கலாம் என்று நினைப்பவர்களுக்கு மட்டுமில்லை. ஏற்கெனவே அனுபவம் இருப்பவர்களுக்குமான எனது ஆலோசனைகள் இவை. சுருக்கமாகப் பத்துக் கட்டளைகள்.

1. முற்றிலும் தவிர்க்க வேண்டாம்

பங்குச்சந்தை சூதாட்டமல்ல. சரியான முறையில் நிதானமாகச் செய்தால், வங்கி வட்டியைவிடக் கூடுதல் வருமானம், அதுவும் வரி இல்லாத வருமானம் தரக்கூடியது பங்குச்சந்தை. ஓரளவு பணத்தை, சேமிப்பில் ஒரு பகுதியை, நீண்டகால அடிப்படையில், பங்குகளில் முதலீடு செய்யலாம். தவறில்லை.

2. கதியாய்க் கிடக்க வேண்டாம்

விவாதம் செய்தால் ஜெயிக்க வேண்டும். போட்டியிட்டால் வெற்றி பெறவேண்டும். மொத்தத்தில் தான் செய்வது சரியாக வருகிறதா என்று பார்க்கிற ஆர்வமும், சரியாக வருகிறவரை விடமாட்டேன் என்கிற குணமும் இல்லாதவர்கள் குறைவு. காபி, மது போலச் சிலர், பங்கு வர்த்தகத்தைக் கூட மயக்கம் தருவதாக ஆக்கிக்கொண்டு விடுகிறார்கள். காலை முதல் இரவு வரை இதே வேலையாக இருப்பவர்கள் உண்டு. லாபமோ நஷ்டமோ, டிரேடிங் செய்யாமல் இருக்க முடியாது என்கிற நிலைக்குப் போய்விட வேண்டாம். இதுவும் ஒரு முதலீடு அவ்வளவுதான். இயன்றால் சற்று தூரத்தில் அல்லது பக்கத்தில் வைத்துக்கொள்ளலாமே தவிர, இதுவே இதயத்தின் நடுநாயகமாக ஆகிவிடக்கூடாது.

3. அளவோடு ஆசைப்படு

பெரிய லாபங்கள் எப்போதாவது எவருக்காவது நிகழ்வது உண்டு. பெரிய லாபங்களுக்கு ஆசைப்பட்டு உள்ளே வருவதும் செயல்படுவதுமே நஷ்டங்களுக்குக் காரணம். சிறுகச் சிறுகச் சேர்த்துக் கொண்டு வந்தாலே நாளடைவில் கணிசமாகச் சேர்ந்துவிடும். கண்ணில் படுகிற, கிடைக்கிற லாபங்களைக் கையில் பிடிப்பதுதான் (Booking Profits) புத்திசாலித்தனம். இன்னும் இன்னும் என்று நூலை விட்டால் சமயத்தில் பட்டம் கையை விட்டுப் பறந்துவிடும்.

4. அவசரம் தவிர்

வாங்குவதோ விற்பதோ, உடனடி மனப்பான்மை பிரச்சினையை உண்டாக்கும். எல்லா நேரங்களிலும் வாய்ப்புகள் வரும். இன்றே கடைசி என்பது கிடையாது. துரிதமாகச் செயல்படாமல் விடுகிற லாபங்களைவிட, அவசரமாகச் செயல்பட்டு மாட்டிக்கொள்ளும் ஆபத்துதான் பங்குச்சந்தைகளில் அதிகம். எப்போதும் என்றைக்கும் வாங்குவதற்கு ஏற்ற நல்ல நிறுவனப் பங்குகள் சரியான விலைகளில் கிடைக்கவே செய்கின்றன.

5. ஆராய்ந்து வாங்கு

எவரோ சொன்னதெல்லாம் சரியாக வரவேண்டும் என்கிற அவசியமில்லை. வாங்குவதும், விற்பதும் மிகச் சுலபமாக இருப்பதால், நாமும் காதில் விழுகிற செய்திகளின் அடிப்படையில் எதையாவது வாங்க வேண்டும் என்பதோ, விற்க வேண்டும் என்பதோ இல்லை. தங்கம், வெள்ளி

வாங்குவதைக் காட்டிலும் கூடுதலாகத் தெரிந்துகொண்ட பிறகே, பங்குகள் வாங்க வேண்டும். வாங்கினாலும், விற்றாலும் புரோக்கர் கமிஷன், வர்த்தகத்திற்கான (STT) வரிகள் உண்டு.

6. தவறாகிப் போனால் விற்று விலகு

யானைக்கும் அடி சறுக்கும். தவறுகள் வரலாம். ஆனால் பிடிவாதமாக, தவற்றை நியாயப்படுத்திக்கொண்டு, சரியாகிவிடும், சரியாகிவிடும் என்று காத்திருந்தால், போட்ட முதல் காற்றில் கரைந்த கற்பூரமாகிவிடும். ஆராயாமல்தான் அவசரமாகச் செய்யக்கூடாதே தவிர, செய்த முதலீடு தவறு என்று தெரிந்துபோனால், வந்திருக்கும் புதிய செய்தி, அந்த நிறுவனத்தைப் பாதிக்கும் என்று தெரிய வந்தால், ஏற்றுக்கொண்டு வெளியேறுவதே புத்திசாலித்தனம்.

7. பிரித்துப் போடு

மிக நல்ல நிறுவனமாகவே இருந்தாலும், டிராக் ரெக்கார்ட் பிரமாதமாகவே இருந்தாலும், ஒரே நிறுவனப் பங்கில் மொத்த முதலீட்டையும் போட வேண்டாம். ஒன்றுக்கும் மேற்பட்ட நிறுவனங்களில் பிரித்துப் போடுவதே, ஆபத்தைக் குறைக்கும். உலகப் பொருளாதாரம், இந்திய அரசியல் நிலை, வானிலை, இயற்கைச் சீரழிவுகள் என்று எவ்வளவோ காரணிகளால் நிறுவனங்கள் தாக்கம் பெறுகின்றன. அதனால்தான் வல்லுனர்களால் நிர்வகிக்கப்படும் பரஸ்பர நிதிகளே கூட, அவற்றின் பணத்தை ஒரே நிறுவனத்தின் பங்குகளை வாங்குவதில் 10% க்கும் மேல் செலவு செய்யக்கூடாது என்கிற வழிமுறை இருக்கிறது.

8. ஆதாயங்களை எடுத்து விடு

அவ்வப்போது கிடைக்கிற தகவல்களால் மட்டுமல்ல, அவ்வப்போது நிலவுகிற மனப்பாங்குகளாலும் (செண்டிமெண்ட், மூட்) பங்குச்சந்தை நகர்கிறது. அதனால் பார்க்கிற நல்ல விலைகள் எல்லா நேரமும் நிற்பதில்லை. அதனால், நமக்குக் கிடைக்கக்கூடியது கணிசமான லாபம் என்றால், அவ்வப்போது Booking profit செய்து விடவேண்டும். பின்னர் விற்றதின் விலை உயர்ந்தாலும் உயரட்டும்.

9. கணக்குப் பார்

என்ன முதலீடு செய்தோம் என்ன லாபம் அல்லது நஷ்டம் என்று குறிப்பிட்ட காலத்திற்கு ஒருமுறை பார்ப்பது அவசியம். நம்மிடம் கூடுதலாகப் பணம் இருக்கலாம். இதனால் என்ன

பாதிப்பு வந்துவிடப் போகிறது என்று நினைக்க வேண்டாம். செய்வது எதுவானாலும் Taking stock என்பது சரியான பாதையில்தான் போகிறோமா, மாற்றங்கள் ஏதும் தேவையா என்று பார்த்துக்கொள்ள உதவும்.

10. அகலக் கால் வேண்டாம்

நமக்கு மிகக் குறைவான கண்ட்ரோல் இருக்கிற, எந்நேரமும் (இரட்டைக் கட்டிட இடிப்பு, வளைகுடாப்போர் போல) எதுவும் நிகழலாம். அதனால் பங்குச்சந்தை பாதிக்கப்படலாம். அதனால், நிலைமை சரியாகி மீண்டும் பழைய விலைகள் வரும் காலம் வரை விட்டு வைக்கக்கூடிய அளவு பணத்தை மட்டுமே பங்குச்சந்தைக்குக் கொண்டு வர வேண்டும். அவசரத் தேவைக்கு வைத்திருக்கிற, அத்தியாவசியத் தேவைகளுக்கு வைத்திருக்கிற பணத்தை, ஸ்டாக் மார்க்கெட் பக்கம் கொண்டு வரவே கூடாது.

சோம வள்ளியப்பன் பங்குச்சந்தை ஆத்திசூடி

1. முற்றிலும் தவிர்க்க வேண்டாம்
2. கதியாய்க் கிடக்க வேண்டாம்
3. அளவோடு ஆசைப்படு
4. அவசரம் தவிர்
5. ஆராய்ந்து வாங்கு
6. தவறாகிப் போனால் விற்று விலகு
7. பிரித்துப் போடு
8. ஆதாயங்களை எடுத்து விடு
9. கணக்குப் பார்
10. அகலக் கால் வேண்டாம்

செய்ய வேண்டியவை பற்றி நிறையவே பார்த்தாகிவிட்டது. பங்குச்சந்தையில் பணம் இழக்காமலிருக்க, லாபம் பார்க்க, செய்யக்கூடாதவைகளும் இருக்கின்றன. பார்க்கப்போனால், அவைதான் பங்குச்சந்தையின் முக்கிய சீக்ரெட்ஸ். ஏற்கனவே சிறப்பாகச் செய்துகொண்டிருப்பவர்களுக்குச் சொல்லவேண்டியதில்லை. புதியவர்களுக்குச் சொல்வது இதைத்தான். பத்துப் பரிந்துரைகள்.

- பங்குச்சந்தையில் வர்த்தகம் செய்யும் முறைகளைப் புரிந்து கொண்டு விடுவதாலேயே, அதில் லாபம் செய்யமுடியும் என்பதில்லை. தேவை கவனம்.

- பங்கு வர்த்தகத்தில் பணம் செய்ய முக்கியத் தேவை நிதானம். எல்லா நேரங்களிலும். பெரிய ஆசைகளுக்கும், திடீர் பயங்களுக்கும் இடம் கொடுக்கவேண்டாம்.
- கடன் வாங்கி முதலீடு கூடாது. எவ்வளவு சுலபமாக என்ன குறைந்த வட்டிக்குப் பணம் கிடைத்தாலும், தரகரே தந்தாலும்.
- ஓரளவு பணத்தைப் பங்குச்சந்தை முதலீட்டிற்கு என்று முடிவு செய்துகொண்டுவிட்டு, அந்த அளவைத் தாண்டாமல் இருக்கவேண்டும். எந்தச் சந்தர்ப்பத்திலும்.
- ஒரே நிறுவனப் பங்கில் மொத்தப் பணத்தையோ, கூடுதல் அளவு பணத்தையோ போடவேண்டாம், எவ்வளவு நல்ல செய்தி தெரியவந்தாலும்.
- லாபம் கணிசம் என்றால் எடுத்துவிடவேண்டும், விலை மேலும் உயரும் என்பதுபோலச் செய்திகள் உலாவினாலும்.
- தினசரி ஏதாவது செய்யவேண்டும் என்பதில்லை. எவ்வளவு தகவல்கள் கிடைத்தாலும்.
- விபரம் தெரிந்தவர்களைக் கலந்தாலோசித்துவிட்டு முதலீடுகள் செய்யவேண்டும், என்ன தொகைக்காக இருந்தாலும்.
- வலுவான, நீண்டகாலமாக இருக்கிற நிறுவனப்பங்குகளில் மட்டுமே முதலீடுகளை வைத்துக்கொள்ளவேண்டும்.
- அதிகபட்சம் ஐந்து நிறுவனங்களுக்கு மேல் முதலீடு வேண்டாம், எவ்வளவு பரிந்துரைகள் கிடைத்தாலும்.

சோம வள்ளியப்பன் எழுதிய புத்தகங்களின் பட்டியல்

சுயமுன்னேற்றம்

1. இட்லியாக இருங்கள் எமோஷனல் இன்டெலிஜென்ஸ்
2. எமோஷனல் இன்டெலிஜென்ஸ் 2.0
3. ரசவாதம்: எதிலும் பெரும் வெற்றி (NLP பற்றி)
4. தடையேதுமில்லை (சுயமுன்னேற்றக் கட்டுரைகள்)
5. உஷார் உள்ளே பார் (மனமும் சக்தியும்)
6. ஆல் தி பெஸ்ட் (நீங்கள் விரும்பும் வேலையை வென்றெடுப்பது எப்படி?)
7. தள்ளு (மோட்டிவேஷன்)
8. சின்னத் தூண்டில் பெரிய மீன்
9. சிறு துளி பெரும் பணம்
10. டீன் தரிகிட (பதின் பருவம்)
11. சொல்லாததையும் செய்
12. மனதோடு ஒரு சிட்டிங்
13. இவ்வளவுதானா நீ?
14. முன்னேற்றம் இந்தப் பக்கம்
15. எல்லோரும் வல்லவரே
16. காதலில் இருந்து திருமணம் வரை
17. சிக்கனம் சேமிப்பு முதலீடு
18. நல்லதாக நாலு வார்த்தை
19. திட்டமிடுவோம் வெற்றிபெறுவோம்

20. அதிகாரம் அல்ல, அன்பு
21. உடல் மனம் புத்தி
22. யார் நீ?
23. உயர... உயர...
24. You as You: Everything you need to know about Emotional Intelligence
24. உச்சம் தொடு
25. மேன்மைகொள்
26. சொல்லியடி

பங்குச்சந்தை

1. அள்ள அள்ளப் பணம் – 1 – பங்குச்சந்தை: அடிப்படைகள்
2. அள்ள அள்ளப் பணம் – 2 – பங்குச்சந்தை: அனாலிசிஸ்
3. அள்ள அள்ளப் பணம் – 3 – பங்குச்சந்தை: ஃபியூச்சர்ஸ் அண்ட் ஆப்ஷன்ஸ்
4. அள்ள அள்ளப் பணம் – 4 – பங்குச்சந்தை: போர்ட்ஃபோலியோ முதலீடுகள்
5. அள்ள அள்ளப் பணம் – 5 – பங்குச்சந்தை: டிரேடிங்
6. அள்ள அள்ளப் பணம் – 6 – பங்குச்சந்தை: மியுச்சுவல் ஃபண்ட்
7. அள்ள அள்ளப் பணம் – 7 – பங்குச்சந்தை: தங்கம்
8. அள்ள அள்ளப் பணம் – 8 – பங்குச்சந்தை: இன்சூரன்ஸ்
9. அள்ள அள்ளப் பணம் – 9 – பங்குச்சந்தை: கடன்
10. ஆட்டமா சூதாட்டமா
11. பங்குச்சந்தை என்றால் என்ன
12. Bulls and Bears - All about Shares
12. ஷேர் பசார் சீக்ரெட்ஸ் (ஹிந்தி)

வியாபாரம்

1. நம்பர் 1 சேல்ஸ்மேன் (சிறந்த விற்பனையாளர் ஆவது எப்படி?)
2. பணமே ஓடி வா
3. தொட்டதெல்லாம் பொன்னாகும்
4. பணம், சில ரகசியங்கள்
5. பணம் சந்தேகங்கள் விளக்கங்கள்
6. நேர்மையாக சம்பாதிக்க இவ்வளவு வழிகளா!
7. எந்தத் தொழிலிலும் ஜெயிக்கலாம்
8. பணம் இன்றி அசையாது உலகு

நிர்வாகம்

1. ஆளப்பிறந்தவர் நீங்கள் (தலைமைப் பண்புகள்)
2. காலம் உங்கள் காலடியில் (நேர நிர்வாகம்)
3. உலகம் உன் வசம் (கம்யூனிகேஷன்)
4. உறுதி மட்டுமே வேண்டும் (கமிட்மெண்ட்)
5. உறவுகள் மேம்பட (Managing People)
6. சிறந்த நிர்வாகி ஆவது எப்படி?
7. மேனேஜ்மெண்ட் குரு கம்பன்
8. வீட்டுக்கணக்கு
9. நேரத்தை உரமாக்கு (காலம் உங்கள் காலடியில் – 2)
10. சிக்ஸர்: நிர்வாக உத்திகள்

பொருளாதாரம்

1. நாட்டுக் கணக்கு
2. நாட்டுக் கணக்கு - 2
3. அதிர்ந்த இந்தியா
4. அவசரம் – உடனடியாக செய்யவேண்டிய சமூக பொருளாதார மாற்றங்கள்

மாணவர்களுக்கு

1. மன அழுத்தம் விரட்டலாமா
2. இந்தமுறை நீதான்
3. நீங்கள் அசாதாரணமானவர்
4. You are Extrodinary
4. திட்டமிடுவோம் வெற்றிபெறுவோம்
5. எண்ணிய முடிதல் வேண்டும்

மற்றவை

1. எங்குமிருப்பவர் (சாய் சரிதம்)
2. கே. பாலசந்தர் – வேலை டிராமா சினிமா
3. நல்ல மனம் வாழ்க
4. மகிழ்ச்சியாக வாழுங்கள்
5. அப்பா, மகன் – நெருக்கமும் நெருடல்களும்
6. நகரத்தார்கள்
7. பூங்கொத்து

புதினம்

1. நெஞ்சமெல்லாம் நீ
2. பட்டாம்பூச்சிகளின் கண்ணாமூச்சி காலம்
3. ஜெமினி சர்க்கிள்